ஆதிசைவர்கள் வரலாறு

AF747376

தில்லை எஸ். கார்த்திகேய சிவம் M.A

விழுப்புரம் மாவட்டம், கள்ளக்குறிச்சி வட்டம், பொரசக்குறிச்சி கிராமத்தில் ஸ்ரீதிரிபுரசுந்தரி உடனுறை ஸ்ரீ சோமநாதீஸ்வர பெருமானை முப்பொழுதும் தீண்டி வழிபடும் ஆதிசைவ மரபில் பிறந்தவர். தந்தை எஸ். சுப்பிரமணிய சிவாச்சாரியர். தாய் விஜயலட்சுமி. இளமையில் தனது தந்தையிடம் வேத ஆகமங்களையும், கோயில் வழிபாடு முறைகளையும் கற்றார். திருக்கோலக்கா சிவஸ்ரீ இராமநாத சிவாசாரியாரிடம் குரு உபதேசம் பெற்றார். கும்பகோணம் சிவாகமபயிலகத்தில் பயின்று சிவாகம பட்டம் பெற்றவர். திருவாடுதுறை ஆதினத்தில் சைவ சித்தாந்தம் பயின்று 'சித்தாந்த ரத்னம்' பட்டம் பெற்றவர். தமிழில் முதுகலை பட்டம் பெற்றவர்.

சென்னை தி.நகர் ஸ்ரீ கிருஷ்ணகான சபாவில் நடைபெற்ற பன்னிரு திருமறை இசைவிழாவில் பிள்ளையார்பட்டி சிவஸ்ரீ. பிச்சை சிவாசாரியார் திருக்கரங்களால் 'ஆகம வித்தகர்' பட்டம் பெற்றவர். கொங்கு நாட்டு கூனம்பட்டி ஆதினம் இவருக்கு 'சிவாச்சாரியார் குல ரத்னா' விருதளித்து பெருமைப்படுத்தியுள்ளார். ஆதிசைவ சிவாச்சாரியார் சேவாசங்கம் இவருக்கு 'சேவா ரத்னா' விருது கொடுத்து கௌரவித்துள்ளது.

ஆகமம், சித்தாந்தம், ஆலய வழிபாடுகள் சம்பந்தமாக சமய இதழ்களில் கட்டுரைகள் எழுதி வருகிறார். ஆதிசைவ சமூகத்தின் வளர்ச்சிக்காக 'ஆதிசைவர்கள் நலவாழ்வு மையம்' என்ற அமைப்பை நிறுவி அதன் நிறுவனராக செயல்பட்டு வருகிறார்.

ஆதிசைவர்கள் வரலாறு

மாதொருபாகனார்க்கு வழிவழி அடிமை செய்யும்
சிவாசாரியார்கள் சரித்திரம்

ஆகம வித்தகர், சித்தாந்த ரத்னம்

தில்லை எஸ். கார்த்திகேய சிவம்

கிழக்கு

ஆதிசைவர்கள் வரலாறு
Aadhi Saivargal Varalaru

Thillai S. Karthikeya Sivam ©

First Edition: September 2017
144 Pages
Printed in India.

ISBN: 9789386737236
Kizhakku - 1033

Kizhakku Pathippagam
177/103, First Floor,
Ambal's Building, Lloyds Road
Royapettah, Chennai 600 014.
Ph: +91-44-4200-9603

Email : support@nhm.in
Website : www.nhm.in

kizhakkupathippagam
kizhakku_nhm

Author's Email: thillaishivam@gmail.com

Kizhakku Pathippagam is an imprint of New Horizon Media Private Limited

சமர்ப்பணம்

சிவபக்தியை என்னுள் வளர்த்தெடுத்த
என் அன்புத் தாய் தந்தையின்
பொற்பாதங்களுக்கு...

உள்ளே

அருள் வாழ்த்துரை

'அண்ணல் அருளால் அருளும் சிவாகமம்
எண்ணில் இருபத்தெண் கோடிநூ றாயிரம்
விண்ணவர் ஈசன் விழுப்பம் உரைத்தனர்
எண்ணிநின் றப்பொருள் ஏத்துவன் நானே.'

- திருமந்திரம்

ஆகமவித்தகர், சித்தாந்தரத்தினம் தில்லை. எஸ்.கார்த்திகேய சிவம் அவர்கள் எழுதியுள்ள 'ஆதிசைவர்கள் வரலாறு' என்னும் நூலைப் படித்து மகிழ்ச்சி அடைகின்றோம்.

ஆகமங்கள், திருமுறைகள் முதலிய உயரிய பிரமாண நூல்களிலிருந்து மேற்கோள் காட்டி, ஆதிசைவர்களின் உரிமைகளையும், பெருமைகளையும் தெளிவுற விளக்கியுள்ளார் நூல் ஆசிரியர். இதன்மூலம் நூலாசிரியரின் சைவ சமய ஈடுபாடு நன்கு புலனாகின்றது. தமிழ், வடமொழி என்னும் இருமொழிகள் வாயிலாகவும் ஆதிசைவப் பெருமக்கள் சைவத்திற்கு ஆற்றியுள்ள அரும்பணிகளை நினைவு கூர்ந்துள்ளமை பாராட்டத்தக்கது.

நூல் பலராலும் பயிலப்பெற்று ஆதிசைவர் குறித்த சிறப்பும் சைவ நீதியும் எங்கும் தழைக்க வேண்டுமென நமது ஆன்மார்த்த மூர்த்திகளாகிய ஸ்ரீஞானமாநடராஜப்பெருமான் திருவடி மலர்களைச் சிந்தித்து வாழ்த்துகின்றோம்.

ஸ்ரீலஸ்ரீ அம்பலவாண தேசிக பரமாசாரிய சுவாமிகள்
திருவாவடுதுறை அஞ்சல்-*609803*,
நாகை மாவட்டம்
தொலைபேசி: *04364-23202*

ஞான வாழ்த்துரை

மாதொரு பாகனார்க்கு வழிவழி அடிமை செய்யும் 'ஆதிசைவர்கள் வரலாறு' எனும் அரிய தமிழ் நூல் ஆகம வித்தகர் தில்லை எஸ். கார்த்திகேய சிவம் அவர்களின் கடின உழைப்பில் வெளியிடப் பெறுவது அறிந்து மகிழ்ச்சி.

'பெருமைக்கும் வண்மைக்கும் பேரருட்கும் பேற்றின் அருமைக்கும் ஒப்பில்லை' - என ஞானசாத்திரம் பகர்வதைப்போல அப்பெருமானை முப்போதும் திருமேனி தீண்டி வழிபட்டுப் பூசிக்கும் பேறும், பண்டை நாற்றவத்தால் வாய்ப்பதாகும். அத்தகு பெருமைமிக்க ஆதிசைவர்கள் எனும் சிவாசாரியார் வரிசையில் சுந்தரர் பெருமானின் தந்தையும், சடங்கவி சிவாசாரியாரும், சந்தான குரவருள் அருணந்தி சிவாசாரியாரும் உமாபதி சிவமும் தோன்றி அர்ச்சனையும் அரிய சாத்திர நூல்களும் அருளினார்கள். பெற்றான் சாம்பானுக்கும் முள்ளிச் செடிக்கும் முத்தி வழங்கிய நிகழ்வு பிந்தைய முற்போக்கு எனும் மாய பிம்பங்களுக்கு வழிகாட்டியும் முன்னோடியுமாகும்.

நிலைத்த வாழ்வு பெறும் (Classical book forever) நூல்களுள் ஒன்றாகிய இந்நூலை எழுதிட உள்ளிருந்து, உணர்வூட்டிய பரம்பொருளின் மேன்மையால் வழிவழி அடிமை செய்யும் சிவாசாரியார்கள் வரலாறு எனும் நூல் சிறப்புற வெளிவந்து பன்னூறு பக்தர்களுக்கு விழுமிய பல்சுவை விளைத்திடச் செந்திற் கந்தன் சேவடிகளைச் சிந்தித்து வாழ்த்துகிறோம்.

சுபம்

'கயிலை மாமுனிவர்'
ஸ்ரீலஸ்ரீ காசிவாசி முத்துக்குமாரசுவாமித் தம்பிரான் சுவாமிகள்
அதிபர், ஸ்ரீ காசிமடம் திருப்பனந்தாள் - 612 504
தஞ்சை மாவட்டம், தமிழ்நாடு

ஆசியுரை

'தெரிந்துணரின் முப்போதுஞ் செல்காலம் நிகழ்காலம்
வருங்காலம் மானவற்றின் வழிவழியே திருத்தொண்டின்
விரும்பிய அர்ச்சனைகள் சிவவேதியர்க்கே உரியனஅப்
பெருந்தகையார் குலப் பெருமை யாம்புகழும் பெற்றியதே.

–சேக்கிழார்

அனாதி சைவன் - சிவன், ஆதி சைவன் - சிவாசாரியார்கள், இவர்களை குருக்கள், சிவாசாரியார்கள், பட்டர், அகம்படிமை தொழின்மை பூண்பார் என அழைப்பர்.

உலகநலன் பொருட்டு பரார்த்த பூசையாம் திருக்கோயிலில் முப்போதும் திருமேனித் தீண்டி பூசிக்கும் பேறு பெற்றவர்களின் பெருமையை சேக்கிழாரே முடியாது என்றபோது நாம் எப்படி புகழ்வது!

தோத்திரத்திற்கு திருமுறை அளித்த சுந்தரமூர்த்தி சிவாசாரியார், சாத்திரத்திற்கு சித்தியார் அளித்த அருள்நந்தி சிவாசாரியார், புராணத்திற்கு கந்தபுராணம் அளித்த கச்சியப்ப சிவாசாரியார் என சைவத்திற்கு பல நூல்களையும் அருளிச் செய்திருக்கிறார்கள்.

உலக நலனுக்காக யாகமும், இறைவழிபாடும், செய்வதே தம் பிறப்பின் நோக்கம் என்று உணர்ந்து வருகிறார்கள்.

ஆகமங்களை அருளிச் சொன்ன சிவன் அதன் வழிப் பத்ததிகளை சிவாசாரியார்களின் மூலமே அருளியிருக்கிறான்.

சிவாசாரியார்களின் வரலாற்றினை மிகத் தெளிவாக பல நூல்களை ஆய்ந்து ஆதிசைவர்கள் வரலாறு எனும் நூலினை தில்லை.எஸ். கார்த்திகேய சிவம் செய்திருப்பது போற்றுதலுக்குரியது. வரலாறே இல்லாதவர்கள் இட்டுக்கட்டி வாழ்வதற்கு வகை செய்யும் காலத்தே மிகச் சிறப்பாக ஆய்ந்து வெளியிட்டிருப்பது உண்மையிலே பாராட்டுதலுக்குரியது.

அங்கோர்வாட் ஆலயம் மாதங்க பரமேஸ்வர ஆகமவிதிப்படி கட்டப் பட்டுள்ளது என்பதும், ஆகமங்கள் சிவாசாரியார்களுக்கே உரியது என நிறுவுவதும், சிவாசாரியார்கள் திருமடங்களைத் தோற்றுவித்து மக்களுக்கு தீக்ஷை அளித்தும், நல்லொழுக்கம் அருளியும் வந்திருக்கிறார்கள் என்பதும், சிதம்பரம் மேலமடம், திருநெல்வேலி தெற்கு மடம், சூரியனார் கோயில் ஆதினம், குன்றக்குடி திருவண்ணாமலை ஆதினம் போன்றவைகளையும் ஆய்ந்தும் உள்ளது சிறப்பு.

சிவாசாரியார்களின் பெயர் வகைகளின் காரணங்களை விவரிப்பது நன்றாக உள்ளது. திருச்சி மலைக்கோட்டை பூசிப்பவர் 'நம்பியார்' என்றும், திருவையாறு பூசிப்பவர் 'காணிவட்டத்தார்' என்றும், நடைமுறையில் உள்ளவாறு ஆய்வுப்பணி செய்தது இன்னும் சிறப்பாகும்.

பஞ்சாச்சாரியார்கள் பணியினை விவரித்துக் காட்டி இருப்பதும், சிவாசாரியார்கள் தோற்றுவித்த மடங்களும், அதன் வழி நடை முறையில் உள்ளவைகளையும் பதிவு செய்துள்ளது மிக நன்கு.

தாராசுரத்தில் சிவாலய கும்பாபிஷேகத்தில் பங்கு பெற்ற 108 சிவாசாரியார்கள் திருவுருவம் பெயர் பொறித்து இரண்டாம் ராஜராஜன் செய்த அரிய காரியம், அவன் சிவாசாரியார்கள்மீது வைத்த மதிப்பும், அவர்கள் ஆற்றுகின்ற புனித செயலை எண்ணியுமே ஆகும்.

இவ்வகையில், தில்லை. எஸ்.கார்த்திகேய சிவம் முழுமையாக தம்குலத்திற்கு ஆற்ற வேண்டிய பணியை செய்திருக்கிறார் என்பதை 'ஆதிசைவர்கள் வரலாறு' நூல் காட்டுகிறது. ஆதிசைவர்கள் சுந்தரமூர்த்தி நாயனாரைப் போற்றுவது போன்று புகழ்த்துணை நாயனாரையும் போற்ற வேண்டும். தம் குல வரலாறு எழுதிய கார்த்திகேய சிவத்தையும் பாராட்டத் தவறக்கூடாது.

நாடு நலம் பெற வேண்டுமென்றால் கோயில் பூஜை சிறப்பாக நடைபெற வேண்டும். அதற்கு சிவாசாரியார்கள் தேவை என்பதை அறிந்து தருமையாதினத்தில் வேத சிவாகம பாடசாலை 24வது குருமணிகள் தொடங்கினார்கள்.

தருமையாதினத்தில் பாடசாலை நடந்தபோது எல்லாத் திருக்கோயில் களிலும் சிவாசாரியார்கள் இருந்தார்கள். இன்று பல இடங்களில் வேதாகம பாடசாலை தொடங்கி நடைபெற்றுக்கொண்டிருக்கிறது. ஆனாலும், பல கோயில்கள் சிவாசாரியார்கள் இல்லை. காரணத்தை சிந்திக்கவும்.

விடம் உண்ட சிவனின் கழுத்து கருத்தது. விடத்தை எடுத்துவந்த ஆலால சுந்தரர் கரம் கருக்கவில்லை. காரணம், சிவத்தை பூசித்து அவரின் கரமே சிவமாயிற்று.

'அயம்மே அஸ்தோ பகவான் ... சிவாபிமருஷனஹா'

என வேதம் காட்டுவதால் சிவாசாரியார் பெருமையை அறிந்து போற்றுவோம்.

பெரியமரபு வழி வரலாற்று நூல் 'ஆதிசைவர்கள் வரலாறு'. இதனைச் செய்த தில்லை எஸ்.கார்த்திகேய சிவம் பணி தொடர செந்தமிழ் சொக்கநாதப் பெருமான் திருவருளையும், தருமையாதீன குருமணியின் குருவருளையும் சிந்தித்து வாழ்த்துகின்றோம்.

முனைவர். ஸ்ரீமத் மௌனகுமாரசாமித்தம்பிரான்
தருமையாதீனம் ஸ்ரீ மௌனமடம் - மலைக்கோட்டை
திருச்சிராப்பள்ளி - 620 002
போன்: 0431 - 2702472

ஸ்ரீ ஸதாசிவமூர்த்தி தியானம்

‘இந்துநிப பஞ்சமுக ஹஸ்ததச யுக்தம்
சூலவர டங்கமஸி வஜ்ரமபயம் ஸ்யாத்
பாசவரததாங்குச மணீர்தஹந வாமே
ஸ்வதே கமலாஸன ஸதாசிவ ஸ்வரூபம்.’

•

‘திருஉருவம் தெளிபளிங்கு சடாமகுடத்து இதழி
சிறுபிறையும் மூவைந்தும் திருநயனம் வலப்பால்
கரதலத்தில் சத்தி அபயம் சூலம் நீலம் கட்டங்கம்
தமருகமும் மற்றை இடக்கரத்தில்
வரதமும் மாதுளம் கபாலம் போகிசபமாலை
மணம்மலி நீலோற்பலமும் உடையர் வயது ஈர்எட்டு
உருஇரட்டி உறுப்பு இரண்டுபதம் பதும ஆதனம்தான்
உற இருப்பர் சதாசிவர் தத்துவ தவிசில் உகந்து.’

- சிவதருமோத்திரம்

உ

சிவாயநம:

திருச்சிற்றம்பலம்

முன்னுரை

'ஸதாசிவ ஸமாரம்பாம் ஸ்ரீ கண்டாச்சார்ய மத்யமாம்
அஸ்மத் ஆச்சார்ய பர்யந்தாம் வந்தே குருபரம்பராம்.'

'சாட எடுத்தது தக்கன்தன் வேள்வியில் சந்திரனை
வீட எடுத்தது காலனை நாரணன் நான்முகனும்
தேட எடுத்தது தில்லையுள் சிற்றப்பலத்து நட்டம்
ஆட எடுத்திட்ட பாதம் அன்றோ நம்மை ஆட்கொண்டதே'

எல்லாம் வல்ல ஸ்ரீதிரிபுரசுந்தரி உடனுறை ஸ்ரீ சோமநாதீஸ்வரர் திருவருளினாலும், ஸ்ரீ சிவகாமசுந்தரி உடனுறை ஸ்ரீ ஆனந்த நடராஜமூர்த்தி திருவருளினாலும், ஸ்ரீ ஒப்பிலா முலையம்மை உடனுறை ஸ்ரீ கோமுக்தீஸ்வரர் திருவருளினாலும் 'ஆதிசைவர்கள் வரலாறு' என்ற நூல் சிவனருள் உள்நிற்க அடியேனால் எழுதப் பட்டுள்ளது.

மாதொருபாகனார்க்கு வழிவழி அடிமை செய்யும் ஆதிசைவர் களாகிய சிவாசாரியார்களின் புகழும், பெருமையும், உயர்வும், ஆகமங்களிலும், சைவ பக்தி இலக்கியங்களிலும் பரவி உள்ளன.

ஆதிசைவர்களுக்கும் சிவபெருமானுக்கும் உள்ள பந்தமும், ஆதிசைவர்களுக்கும் சைவ சமயத்திற்கும் உள்ள பந்தமும் அளவிடற் கரியது. இத்தகைய சிறப்புடைய ஆதிசைவர்களின் வரலாற்றை, பெருமைகளை, சைவ சமய உலகம் தெரிந்துகொள்வதன் பொருட்டும், முக்கியமாக தங்கள் முக்கியத்துவமும் சிறப்பும் அறிந்திராத ஆதிசைவர்களிடையே விழிப்புணர்வை உண்டாக்கும் பொருட்டும் இந்நூல் எழுதப்பட்டுள்ளது.

ஆதிசைவர்கள் ஒவ்வொருவரும் இந்நூலினை கண்டு தங்கள் வரலாற்றையும், பெருமையையும் உணர்வதோடு, தங்கள் குடும்பத்துத் பெண்களிடமும், குழந்தைகளிடமும் தாங்கள் சார்ந்த சைவ சமய

அன்பர்களிடமும், தங்கள் உண்மை வரலாற்றைக் கொண்டு சேர்க்க வேண்டும் என்பதே எனது உளப்பூர்வமான விருப்பம்.

எனது இளமைச் சிறுவயது முதல் அடியேன் கொண்ட தீவிரமான தில்லை சிதம்பரம் தரிசனமும், திருவாவடுதுறை ஆதீனம் தொடர்புமே எனக்கு சிவபற்றையும், சைவ சமய தத்துவங்களை உணரும் திருவருளைத் தந்ததாக என் உள்மனத்தின் ஆழ் நம்பிக்கை. வரலாறு என்பது நாம் பழைய விஷயங்களை மீண்டும் நினைவு கூர்ந்து கொள்வதற்கு மட்டுமல்ல, பழைய விஷயங்களில் இருந்து நாம் கற்றுக்கொள்ளவும்தான். அந்த வகையில் ஆதிசைவர்களை பற்றிய வரலாற்று ஆராய்ச்சிக்கு இது ஓர் ஆரம்பம் எனலாம். ஒவ்வொரு ஆதிசைவரும் தங்கள் வரலாற்றினை பெருமைகளை உணர்ந்து செயல்பட வேண்டும் என்ற பணிவான கோரிக்கையை இங்கு நான் ஒவ்வொரு ஆதிசைவரின் திருவடிகளிலும் சமர்ப்பிக்கின்றேன்.

இந்நூல் எழுதுவதற்கு உறுதுணையாக பல நூல்கள் எனக்கு உதவின. அந்நூல் ஆசிரியர்கள் அனைவருக்கும் எனது பணிவான நன்றிகள். இந்நூலுக்கு சிறந்த முறையில் வாழ்த்துரையும் அருளாசியும் வழங்கிய, சைவ ஆதின பீடங்களுக்கும், சிவாசாரிய பெரியோர் களுக்கும், சைவ பெருமக்களுக்கும் பணிவான நமஸ்காரங்கள்.

என்னால் இயன்றவரை ஆதிசைவர்கள் தொடர்பான அனைத்துவித விஷயங்களையும் சேகரித்து இந்நூலினை எழுதியுள்ளேன். எனவே, ஆதிசைவர்களே வாருங்கள்,

> கடந்த காலம் தெரிவோம்.
> கடந்த காலம் தெரியாதவர்களுக்கு நிகழ்காலம் புரியாது.
> நிகழ்காலம் புரியாதவர்களுக்கு எதிர் காலம் இல்லை.

இந்நூலினை வாசிக்கும் ஆதிசைவ பெரியோர்களும் சைவ பெருமக்களும் இந்நூலில் உள்ள குற்றங்களை பொருத்து, குணங்களை கொள்ள வேணுமாய் பணிவுடன் கேட்டுக் கொள்கிறேன்.

மாதொரு பாகனார்க்கு
வழிவழி அடிமையான்
தில்லை S. கார்த்திகேய சிவம்

1. ஆதிசைவர்கள்

தமிழகத்தின் தொன்மையான சமயங்களாக விளங்கக் கூடியவை சைவமும், வைணவமும் ஆகும். இவற்றில் 'சைவம்' என்ற சொல் சிவசம்பந்தம் உடையது எனப் பொருள்படும்.

'சைவம் சிவனுடன் சம்பந்தமாவது' என்கிறது திருமூலரின் திருமந்திரம். சைவ சமயத்தின் முழுமுதற் கடவுள் சிவபெருமான். இவரை பக்தி இலக்கியங்கள் 'அநாதிசைவர்' என்றும், இவரை முப்போதும் திருமேனி தீண்டி பூஜை செய்து வழிபடும் சிவாசார்யப் பெருமக்களை ***'ஆதிசைவர்'*** என்றும் போற்றி வழிபடுகின்றன. இதனை,

> 'அரிய சதாசிவனென்போன் அனாதி சைவன் - அவன்பால்
> அவதரித்த சிவமறையோர் ஆதிசைவர்.'

என்ற பாடலால் அறியலாம்.

தமிழகத்தின் அனைத்து சிவாலயங்களிலும் அகத்தடிமை திருத்தொண்டு செய்துவரும் இவர்கள், குருக்கள், பட்டர், நாயனார், நாயகர், சிவாசாரியார் எனப் பல பெயர்களில் அழைக்கப்பட்டாலும் பொதுவாக தமிழில் உள்ள பக்தி இலக்கியங்கள் இவர்களை 'ஆதிசைவர்கள்' என்றே அழைக்கின்றன. சேக்கிழார் பெருமான் பெரிய புராணத்தில் இவர்களை, 'மாதொரு பாகனார்க்கு வழி வழி அடிமைசெய்யும் வேதியர் குலம்' என்று போற்றிப் பாடுகின்றார். மேலும், பெரிய

புராணத்தில் ஸ்ரீசுந்தரர் திருவெண்ணெய்நல்லூர், வழக்காடு மன்றத்தில் தம்மை அறிமும் செய்துகொள்ளும்பொழுது, 'அனைத்து நூல் உணர்ந்தீர் ஆதிசைவனென்றறிவீர்.' என்று கூறுகிறார். ஸ்ரீசுந்தரரின் பாட்டனார் ஆரூரன் சிவாசாரியார் தம் கைப்பட எழுதிய ஓலைச் சுவடியில், **'அருமறை நாவல் ஆதிசைவன் ஆரூரன்'** என்று குறிப்பிட்டு, தன்னை **ஆதிசைவன்** என்றே அறிமுகப்படுத்திக்கொள்கிறார்.

ஸ்ரீ சுந்தரர் வாழ்ந்த காலம் கி.பி. 7-ம் நூற்றாண்டு. எனவே, 7-ம் நூற்றாண்டுக்கு முன்பிருந்தே ஆதிசைவர்கள் தமிழகத்தில் வாழ்ந்து வருவதும், சிவாலய பூஜைகள் செய்து வருவதும் வரலாற்று உண்மையாகும்.

தமிழ்த் தாத்தா உ.வே.சா. அவர்கள் தமது 'என் சரித்திரம்' நூலில் தமது ஊர் சிவாலயத்தில் **'ஆதிசைவர்'** ஒருவர் பூஜை செய்வதாகக் குறிப்பிட்டிருப்பார்.

ஸ்ரீ உமாபதி சிவாசாரியார் தாம் அருளிய திருத்தொண்டர் புராண சாரத்தில், 'தன் கயிலையது நீங்கி நாவலூர்வாழ் சைவனார் சடையனார் தனயனராய் மண்புகழ அருட்டுறையான் ஓலைகாட்டி மணம் விலக்க வன்தொண்டராய்' என்று பாடுகிறார். இதில் ஸ்ரீ சுந்தரரின் தந்தை சடையனாரை **'சைவனார்'** என்ற அடைமொழிக் கொண்டு அழைக்கிறார்.

மேலும், ஸ்ரீ உமாபதி சிவாசாரியார் திருமுறை கண்ட புராணத்தில் நம்பியாண்டார் நம்பி அவதாரத்தைக் குறிப்பிடும்பொழுது,

> '.......... நாரையூரினில் ஆதிசைவ மறையோன் பால்
> வையமெலாம் ஈடேறச் சைவம்வாழ மாமணிபோல் ஒரு
> சிறுவன் வந்து தோன்றி' - என்று பாடுகின்றார்.

இதில், நம்பியாண்டார் நம்பி திருநாரையூரில் ஆதிசைவ மரபில் அவதரித்ததாகக் குறிப்பிடுகின்றார்.

சந்தானாசாரிய புராண சங்கிரகத்தில் திருவாரூர் சாமிநாத தேசிகர், அருள்நந்தி சிவாசாரியார் புராணத்தில்,

> 'வேத வொலியும் முழவொலியும்
> வேள்வி யியற்றுந் திருமுறையோர்
> நாதவொலியு மோவாத
> நன்மை பெருகுந் திருத்துறையூர்
> ஆதி சைவ குலம் புரிந்த
> அருமையான பெருந்தவத்தால்

நீதி சாலுஞ் சிவாகமங்கள்
நிலவ வொருவ ரவதரித்தார்'

என்று பாடியுள்ளார். இப்பாடலில் அருள்நந்தி சிவாசாரியார் ஆதிசைவ மரபில் சிவாகமங்கள் நிலைபெற்று விளங்க அவதரித்தவர் என்று குறிப்பிடுகின்றார்.

ஸ்ரீ மாதவ சிவஞான சுவாமிகள் பாடி அருளிய காஞ்சிப் புராணத்தில்,

'இருண்மலந்துமிக்குஞ் சிவாகம முறையி னீரிரு பாதமு
மனுட்டித்
தருள்பெறு மாதி சைவர்க ளாதி யவாந்தர சைவரீ றனோர்
மருவிவாழ் மாட மாளிகைப் பக்தி மருங்குடுத் துயர்வனப்
பினதாற்
றெருடரு மனாதி சைவர்வீற் றிருக்குந் திவளொளிப்புரிசையே
கம்பம்.'

என்று சிவாகம விதிப்படி பூஜித்து வழிபடும் சிவாசாரியர்களை **ஆதிசைவர்** என்று குறிப்பிட்டு பாடியுள்ளார்.

திருவாவடுதுறை ஆதினத்துக் கவிராட்சஸ ஸ்ரீ கச்சியப்ப முனிவர், தாம் பாடியருளிய தணிகைப்புராணத்தில்,

'அருள்வளங் கொழிக்கு மைந்தொழிலாக
வடங்கிய சிறப்பொடு பூசை
மருவுமெய் வகையு மாகம வழியான்
மயரறத் தெளிந்தவர் வரையாச்
சுருதிகண் மிருதி புராணமெக் கலையுந்
துகளறத் தெரிந்தவ ரிறைவன்
தருதிரு மேனி தீண்டிடு ஆதிசைவர்'

என்று ஆகமவழியில் சிவபெருமானின் திருமேனி தீண்டி வழிபடும் ஆதிசைவர்களை போற்றிப் பாடுகின்றார்.

மேலும், ஸ்ரீவிநாயகர் புராணத்தில் ஸ்ரீ கச்சியப்ப முனிவர்,

'நயந்தரு வேதமோதி நல்லவாகமங்கடேற்றிப்
புயந்தலைச் சூலம் வைத்த புனிதர் பூசனையாற்பேறு
வயத்துறு தமக்குமேனை வையகத்தெவர்க்குமாக்கும்
வியத்தகும் ஆதிசைவர்'

என்று ஆதிசைவர்களை வியந்து போற்றுகின்றார்.

இளைசைப் புராணமோ,

'வேதமுற் கலைகளோடு விரிந்திடு சிவாகமங்கள்
ஓதியே யுண்மை தேறியுயர் கயிலாய நாதர்
சோதிதன்மேனி தீண்டித் தொன்மை யாராதனஞ்செய்
கோதிலா ஆதிசைவர்'

என்று ஆதிசைவர்களைப் போற்றிப் புகழ்கின்றது. இவ்வாறு சிவபெருமானை முப்பொழுதும் தீண்டி வழிபடும் சிவாசாரியார்களை ஆதிசைவர்கள் என்று பக்தி இலக்கியங்கள் பல இடங்களில் போற்றுவதைக் காணமுடியும்.

'ஆதி' என்றால் முதன்மையான என்று பொருள்படும். 'சைவர்' என்றால் சிவபெருமானை முழுமுதற் கடவுளாக வழிபடுபவர் என்று பொருளாகும். சிவபெருமானை வழிபடுவதில் முதன்மையானவர், சிவபெருமானை வழிபடுவதற்கு வழிகாட்டுவதில் முதன்மையானவர் என்பதால் இவர்களுக்கு 'ஆதிசைவர்' என்று பெயர் ஏற்பட்டது.

ஆதிசைவர்கள் சிவபெருமானையே முழுமுதல் பரம் பொருளாக வழிபடும் உறுதி படைத்தவர்கள். ஆதிசைவ சிவாசாரியார்களின் குரு துதியானது,

'ஸதாசிவ ஸமாராம்பாம் ஸ்ரீ கண்டாச்சார்ய மத்யமாம்
அஸ்மத் ஆச்சார்ய பரியந்தாம் வந்தே குருபரம்பராம்'

என்பதாகும்.

அதாவது ஸதாசிவமூர்த்தியாகிய சிவபெருமானையே தங்கள் குலதெய்வமாகவும், முழுமுதற் பரம்பொருளாகவும் வழிபடும் மரபும் பேறும் பெற்றவர்கள். இவர்கள் சிவபெருமானையே முதற்பரம் பொருளாக வழிபடும் மரபுடையவர்கள் என்பதால்தான், சிவபெருமானை 'அநாதி சைவன்' என்றும், சிவபெருமானுக்கு அடுத்த நிலையில் வைத்து இவர்களை 'ஆதிசைவர்கள்' என்றும் சைவ இலக்கிய நூல்கள் போற்றுகின்றன.

சேக்கிழார் பெருமான் பெரிய புராணத்தில் ஆதிசைவர்களை 'சைவ முதன் மறையோர்' என்றும், ஆதிசைவ மரபை 'மாசிலா மரபு' என்றும் போற்றுகின்றார். மாசிலா மரபு - குற்றமில்லாத மரபு. ஏனெனில் ஆன்மாக்களின் பாசத்தைப் போக்கச் சிவபூஜையை மரபுத் தொழிலாகக் கொண்டமையால் மாசிலா மரபு என்கிறார்.

வாழ்க ஆதிசைவர்கள் மரபு.

வளர்க அவர்கள் சிவத்தொண்டு.

2. ஆதிசைவர்களின் தோற்றம்

ஒரு சமயம் திருக்கயிலை மலையில் பார்வதிதேவி சிவபெருமானிடம், ‘ஆன்மாக்களுக்கு சிவஞானத்தை தந்திடும் உண்மை நூல் எது?’ என்று கேட்க, சிவபெருமான் குருவாக சுகாஸனத்தில் எழுந்தருளி ஆகமங்களை பார்வதிதேவிக்கு உபதேசம் செய்து, ‘இந்த சிறப்புமிகு சிவாகமங்களே உயிர்களுக்கு சிவஞானத்தைத் தந்திடும் உண்மை நூலாகும்’ என்று அருளிச்செய்தார்.

இதனை சேக்கிழார் பெருமான் பெரியபுராணத்தில்,

‘வெள்ளி மால்வரைக் கயிலையில் வீற்றிருந் தருளித்
துள்ளு வார்புனல் வேணியார் அருள்செயத் தொழுது
தெள்ளு வாய்மையின் ஆகமத் திறனெலாந் தெரிய
உள்ள வாறுகேட்டருளினாள் உலகை ஆளுடையாள்’

என்று பாடியுள்ளார்.

ஆகமங்கள் பார்வதி தேவிக்கே முதன்முதலில் உபதேசம் செய்யப்பட்டது. இதனை,

‘ஆகதம் சிவவக்த்ரேப்ய: கதம்ச கிரிஜாமுகே
மதம் ச சிவபக்தானாம் ஆகமம்சேதிகீர்த்யதே’

என்ற வாக்கு உணர்த்தும்.

பின் 'தாம் உபதேசம் செய்த ஆகமங்களில் கூறியவாறு, ஆகம மந்திரங்களைக் கூறி ஆகம விதிப்படி எம்மைப் பூஜை செய்வது எமக்கு விருப்பமானது' என்று சிவபெருமான் கூறியருளினார்.

இதன்படி சிவபெருமானுக்கு விருப்பமான சிவபூஜையை ஆகமவிதிப்படி பார்வதிதேவி பூலோகத்தில் சிறந்த இடமான காஞ்சிபுரத்தில் செய்து சிவனருள் பெற்றாள். அப்பொழுது, பார்வதி தேவி சிவபெருமானிடம் தாம் உபதேசம் பெற்ற ஆகமங்கள் என்றும் இந்நிலவுலகில் நிலைபெற்று விளங்கவும், தங்களுக்கு விருப்பமானதும், 'தாம் முதன்முதலில் செய்த சிவபூஜையும் தடைபெறாமல் இப்பூவுலகில் என்றென்றும் நடைபெற்று வரவேண்டும்' என்றும் வரம் கேட்கின்றாள். அப்பொழுது சிவபெருமான் ஸதாசிவமூர்த்தியாக திருஉருவம் கொண்டு, ஈசானம், தத்புருஷம், அகோரம், வாமதேவம், ஸத்யோஜாதம் என்ற தமது ஐந்து திருமுகங்களில் இருந்தும்,

> 'கௌசிக காச்யபச்சைவ பாரத்வாஜோத கௌதம:
> அகஸ்த்யச் சைவ பஞ்சே தே பஞ்சவக்த்ரேஷு தீக்ஷிதா:'

என்ற வாக்கின்படி,

கௌசிகர்,காஸ்யபர், பரத்வாஜர், கௌதமர், அகஸ்தியர் என்ற ஐந்து முனிவர்களை தோற்றுவித்து, அவர்களுக்கு தனது ஐந்து முகங்களாலும் சிவதீக்ஷை செய்து, இந்த ஐந்து முனிவர்களின் வம்சத்தில் வருபவர்கள் மூலம் தாம் உபதேசித்த ஆகமங்கள் நிலைபெற்று காப்பாற்றப்படும் என்றும், தமக்கு விருப்பமான சிவபூஜையானது இவர்கள் வம்சத்தின் மூலம் இப்பூவுலகில் தடைபடாமல் நடைபெற்று வரும் என்றும் பார்வதிதேவிக்கு வரம் தந்து அருள் செய்தார்.

இவ்வாறு, இந்த ஐந்து முனிவர்களின் வம்சத்தில் வந்தவர்களே 'ஆதிசைவர்கள்' எனப்படும் சிவாசாரியார்களாவர்'.

காரணாகமம், நித்யார்ச்சனாவிதி படலத்தில்,

> 'ஸதாசிவாக்யஸ்ய சிவஸ்ய வக்த்ரே
> யேதீக்ஷிதா: கௌசிக காஸ்யபாத்யா:
> தேஷாம் முநீநாம் விதிவக்த்ரமேண
> ஜாதா சிவப்ராமஹ்ண நாமதேயா:
> எனச் சொல்லப்பட்டிருக்கிறது.

அதாவது சதாசிவனுடைய திருமுகங்களில் இருந்து தோன்றி சிவதீக்ஷை செய்விக்கப்பட்ட கௌசிகர், காசிபர் உள்ளிட்ட ஐந்து ரிஷிகள் வம்சத்தில் வந்தவர்களே சிவப்பிராமணர் என பெயர் பெற்றனர் என்பதாகும்.

ஆதிசைவ சிவாசாரியார்கள் சிவபெருமான் திருமுகத்தில் அவதரித்தவர்கள் என்பதை, திருவாவடுதுறை ஆதின மஹாவித்வான் ஸ்ரீ மீனாட்சி சுந்தரம்பிள்ளை தாம் பாடி அருளிய மயிலாடுதுறை தலப்புராணத்தில்,

> 'அண்ணலார் திருமுகங்கள் ஐந்தினும் தோற்றம் உற்றார்
> கண்ணலார் பொது சிறப்பாம் முறைகள் ஆகமங்கள் கற்றார்
> நண்ணலார் பரார்த்ததோடு ஆன்மார்த்தமும் நயந்து அர்சிக்கும்
> எண்ணலார் **ஆதிசைவர்'** - என்று பாடியுள்ளார்.

மேலும், கோயிலூர் தலப்புராணத்துப் பாடலிலும்கூட 'ஆதிசைவர்கள் சிவபெருமானின் ஐந்து திருமுகத்தில் தோன்றியவர்கள் என்றும் இவர்கள் ஆகமங்களை தெளிவுறக் கற்று ஆன்மார்த்த, பரார்த்த பூஜை செய்பவர்கள்' என்றும் குறிப்பிட்டுப் பாடியுள்ளார்.

இவ்வாறு, சிவபெருமானின் ஐந்து திருமுகங்களில் உதித்த ஆதிசைவர் களாகிய சிவாசாரியார்களே ஆலயங்களில் சிவாகம விதிப்படி 'அகம்படித் திருத்தொண்டு' என்று அழைக்கப்படும் சிவாலய பூஜைகள் செய்வதற்கும், உத்ஸவங்கள், விழாக்கள், கும்பாபிஷேகங்கள் செய்வதற்கும் முழு உரிமை உடையவர்கள் ஆவார்கள்.

ஆதிசைவர்கள் இப்பூவுலகில் அவதரித்தமைக்கு முதற் காரணம், ஆகமங்கள் காப்பாற்றப்படவும், ஆகமவிதி சிவபூஜை நடைபெறவும் என்பதை இங்கு உணர்ந்து கொள்க.

சிவபிரானால் அருளப்பட்ட ஆகமங்களை கடைபிடித்து ஆலயங்களில் இவர்கள் பூஜை செய்வதால் ஆதிசைவர்கள் **'ஆகம அந்தணர்கள்'** என்று அழைக்கப்பட்டனர்.

ஆகமவிதிப்படி ஆதிசைவர்களாகிய சிவாசாரியார்களே வழிவழி யாக பூஜை செய்வதுதான் சிவபிரானுக்கு உகந்தது, விருப்பமானது, மகிழ்ச்சி அளிக்கக்கூடியது என்பதை இதன் மூலம் உணர முடியும். எனவேதான் சேக்கிழார்பெருமான் பெரிய புராணத்தில் இவர்களை **'மாதொருபாகனார்க்கு வழிவழி அடிமை செய்யும் வேதியர்குலம்.'** என்று போற்றிப் பாடியுள்ளார். அதாவது மாதொருபாகனாராகிய சிவபெருமானுக்கு வழிவழியாக பூஜை செய்யும் சிவவேதியர் குலமே ஆதிசைவர் மரபு என்கிறார்.

இதற்கு விளக்கம் அளித்துள்ள மிகச்சிறந்த சைவ அறிஞர் சி.கே. சுப்ரமணிய முதலியார் தமது பெரிய புராண உரையில், 'வழி வழி அடிமை செய்யும் வேதியர் குலம்.' - இதுவே ஆதிசைவ மரபு. சிவப்பிராமணர் என்பார் இவர்களே. இவர்கள் இன்றைக்கும் திருக்கோயில் பூஜையாகிய அகம்படித் திருத்தொண்டு தவிர வேறு தொழில் செய்யாமையை காணலாம். சிவாலயத்தில் ஆகம விதிப்படி பூஜை செய்ய இவர்களே உரிமை பெற்றவர்கள் என்கிறார்.

'வழி வழி அடிமை' - என்கிற பதத்துக்கு பொருள் கூறும்பொழுது, ஆதிசைவர்கள் தந்தை மரபு, தாய் மரபு என்ற இருமரபும் சிவனுக்கு அடிமை செய்யக்கூடிய அதாவது சிவாலய பூஜை செய்யும் மரபு உள்ளவர்கள் என்று கூறுகிறார்.

ஆலயங்களில், தன்னருளை சிவலிங்கமாகக் காட்டிய சிவபெருமான், அந்த சிவ வழிபாட்டுக்கென தன்னருள் பெற்ற ஞானிகளை பக்குவப் படுத்தி சிவஞானத்தை அளித்து படைத்தருளிய சிவ மரபே ஆதிசைவ சிவாசாரியார்கள் மரபாகும்.

சைவ அன்பர்களுக்கு ஆகமவிதிப்படி சிவதீக்ஷை அளித்து சிவபூஜை செய்திட வழிகாட்டியும், தன்னளவில் ஆத்மார்த்த பூஜை செய்தும், திருக்கோயிலில் பரார்த்த பூஜை செய்தும் சைவ பரிபாலனம், சிவபரி பாலனம் செய்து குருவாக, ஆச்சாரியராக வழி நடத்தவே ஆதிசைவர் களாகிய சிவாசாரியார்கள் இவ்வுலகில் தோற்றுவிக்கப்பட்டார்கள்.

ஆதிசைவர்களின் பூர்வீகத்தைப் பொருத்து திருவாலங்காடு வகையறா, காஞ்சிபுரம் வகையறா, திருக்கழுக்குன்றம் வகையறா என்று கூறப்படுகிறது. ஆனால் இது பற்றிய வரலாறுகள் முழுமை யாக அறிய முடியவில்லை. ஆதிசைவர்களின் தோற்றத்தின் பெருமையை யும், தொண்டின் உண்மையையும் இவ்வாறாக உணர முடிகிறது.

சிவாசார்யார்களின் பஞ்ச க்ருத்யம் (ஐந்தொழில்)

'ஸ்நானம் ஸந்திம் ச ஸ்ருஷ்டிம் ஸ்யாது
ஜபம் ந்யாஸ் ஸ்திதிம் பவேது
ஸம்ஹாரம் ஹோம த்யாநம் ச
ப்ரம்ம யக்ஞம் திரோபவேது
அநுக்ரஹம் சிவபூஜாம் ச
ஆசார்ய பஞ்ச க்ருத்யகம்'

- அம்சுமத்யாகமம்

சிவாசார்யார் செய்யும் ஸ்நாநம், ஸந்தி ஆகியவை ஸ்ருஷ்டியையும், ஜபம் ந்யாஸம் ஸ்திதியையும், ஹோமம் த்யானம் ஸம்ஹாரத்தையும், ப்ரும்மயக்ஞம் திரோபவத்தையும் சிவபூஜை அனுக்ரஹத்தையும் குறிக்கும். இதுவே, ஆசார்ய பஞ்ச க்ருத்யமாகும்.

3. ஆகமங்களும், ஆதிசைவர்களும்

சைவ சமயத்தின் முதல் நூல்கள் இரண்டு. அவை வேதம், சிவாகமம். இவற்றுள், வேதத்தை பொது நூல் என்றும் ஆகமத்தை சிறப்பு நூல் என்றும் அழைப்பார்கள். இதனை திருமூலர் தமது திருமந்திரத்தில்,

'வேதமோடு ஆகமம் மெய்யாம் இறைவன்நூல்
ஓதும் பொதுவும் சிறப்பும் என்று உள்ளன
நாதன் உரையவை நாடில் இரண்டந்தம்
பேதமது என்பர் பெரியோர்க்கு அபேதமே'

என்று பாடியுள்ளார்.

இதே கருத்தை சைவ சித்தாந்த நூல் சிவஞான சித்தியார்,

'ஆரணநூல் பொது சைவம் அருஞ்சிறப்பு நூலாம்
நீதியினால் உலகர்க்கும் சத்தி நிபாதர்க்கும் நிகழ்த்தியது'

என்று கூறுகின்றது.

ஆதிசைவர்களாகிய சிவாசாரியார்கள் வேதங்களை பொதுவாகக் கொண்டு சிவபெருமானால் அருளப்பட்ட சிறப்பு நூலாகிய சிவாகமங்களையே தங்கள் வாழ்வில் பிரமாணமாகக் கொண்டவர்கள். ஆகமமானது ஸதாசிவமூர்த்தியின் ஈசானம் தத்புருஷம், அகோரம், வாமதேவம், ஸத்யோஜாதம் என்ற ஐந்து முகங்களில் மேல்முகமாகிய ஈசான திருமுகத்தில் இருந்து **'ஈசானஸ் ஸர்வ வித்யாணாம்'** என்ற

வாக்கிற்கேற்ப எட்டு ஆகமங்களும் தத்புருஷம் முதலிய நான்கு முகங்களில் இருந்தும் ஐந்து ஐந்தாக இருபது ஆகமங்களும் ஆக மொத்தம் 28 ஆகமங்கள் தோன்றின.

சிவபெருமான் தனது சத்யோஜாத முகத்தில் இருந்து, காமிகம், யோகஜம் சிந்தியம், காரணம் அஜிதம் என்ற ஐந்து ஆகமங்களையும், **வாமதேவம் என்ற திருமுகத்தில் இருந்து,** தீப்தம், சூக்ஷ்மம், ஸஹஸ்ரம், அம்சுமான், சுப்ரபேதம் என்ற ஐந்து ஆகமங்ளையும், **அகோரம் என்ற திருமுகத்தில் இருந்து** விஜயம், நிச்வாசம், சுவாயம்புவம், அநலம், வீரம் என்ற ஐந்து ஆகமங்ளையும், **தத்புருஷம் என்ற திருமுகத்தில் இருந்து** ரௌரவம், மகுடம், விமலம், சந்திரஞானம், பிம்பம் என்ற ஐந்து ஆகமங்ளையும், **ஈசானம் என்ற திருமுகத்தில் இருந்து** புரோத்கீதம், லளிதம், சித்தம், சந்தானம், சர்வோக்தம் பாரமேஸ்வரம், கிரணம், வாதுளம் என்ற எட்டு ஆகமங்களையும் அருளிச் செய்தார்.

இந்த இருபத்தெட்டு ஆகமங்களும் சிவபேதம், ருத்ரபேதம் என்று இருவகைப்படும். சத்யோஜாதம், வாமதேவம் ஆகிய இருமுகங்களில் இருந்து அருளிய பத்து ஆகமங்கள் சிவபேதமாகும். ஈசானம், தத்புருஷம், அகோரம் ஆகிய மூன்று முகங்களிலிருந்து அருளிய பதினெட்டு ஆகமங்கள் ருத்ரபேதமாகும். மேற்கண்ட இருபத்தெட்டு ஆகமங்களும் 'மூல ஆகமங்கள்' என்று அழைக்கப்படும். இவையன்றி உப ஆகமங்கள் 207 உள்ளன.

சிவபெருமான் தனது ஐந்து திருமுகங்களில் இருந்து இருபத்தெட்டு ஆகமங்களையும் அருளினார் என்பதை திருமூலர் தமது திருமந்திரம், 'அஞ்சனமேனி அரிவையோர் பாகத்தன்' என்னும் பாடலிலும், மாணிக்கவாசகர் தமது திருவாசகத்தில், 'மன்னு மாமலை மகேந்திரம்' என்று தொடங்கும் பாடலிலும் பாடியுள்ளார்கள்.

ஆகமங்கள் ஒவ்வொன்றும், சரியை, கிரியை, யோகம், ஞானம், என்று நான்கு பாதங்களாக (பிரிவுகளாக) உள்ளன.

1. ***சரியாபாதம்:*** ஆகமங்களில் உள்ள நடைமுறை விதிகள் இதில் கூறப்பட்டுள்ளன. அதாவது திருக்கோயில் அலகிடுதல். மெழுகுதல், திருநந்தவனம் அமைத்தல், அனுஷ்டானம் போன்ற சரீரத்தால் செய்யப்படும் பணிகளை விளக்குகின்றது.

2. ***கிரியாபாதம்:*** தீக்ஷை பற்றியும், ஆலயங்களை நிர்மாணம் செய்வது பற்றியும், இறை பிம்பங்களின் உருவ அமைப்பு பற்றியும், பிரதிஷ்டை, கும்பாபிஷேகம் செய்யும் முறைகள் பற்றியும், உத்ஸவ விழாக்கள் செய்வது பற்றியும் கூறுகிறது. பொதுவாக சிவாகம விதிப்படி பூஜைகள் செய்யும் முறைகளை கூறும் பகுதி கிரியாபாதம் ஆகும்.

3. **யோகபாதம்:** அஷ்டாங்க யோகங்களைப் பற்றியும் பூதசுத்தி, அந்தர்யோகம் போன்ற யோக நிலைகள் இந்த யோகபாதத்தில் கூறப்பட்டுள்ளன.

4. **ஞானபாதம்:** பதி, பசு, பாசம் பற்றிய முப்பொருள் உண்மைகளை விளக்கும் பகுதி ஞானபாதம் ஆகும். ஆகம தத்துவங்களை அறியும் பகுதியாகவும் உள்ளது.

சிவாகமத்தின் இந்த ஞானபாதமே **'சைவ சித்தாந்தம்'** என்று அழைக்கப்படுகிறது. சிவாகமங்களே சைவ சித்தாந்த நூலாக விளங்குகின்றது என்பதனை, பதினொறாம் திருமுறையில் திருக்கழுமல மும்மணிக் கோவையில், பட்டிணத்து அடிகள்,

'கைவலம் நெல்லியங் கனியது போலச்
சைவசித்தாந்தத் தெய்வ ஆகமத்தை
வரன்முறை பகர்ந்த திருமலர் வாய' என்று பாடியுள்ளார்.

சைவசித்தாந்த நூல்களில் ஒன்றான சிவஞான சித்தியாரில்,

வேதநூல் சைவ நூல் என்று இரண்டே நூல்கள்
வேறு உரைக்கும் நூல்கள் இவற்றின் விரிந்த நூல்கள்
ஆதிநூல் அநாதி அமலன் திருநூல் இரண்டும்
ஆரணநூல் பொது சைவம் அருஞ்சிறப்பு நூலாம்
நீதியினால் உலகர்க்கும் சத்திநிபாதர்க்கும்
நிகழ்த்தியது நீள் மறையின் ஒழிபொருள் வேதாந்தத்
தீதுஇல் பொருள்கொண்டு உரைக்கும் நூல் சைவம்
பிறநூல் திகழ்பூர்வம் 'சிவாகமங்கள் சித்தாந்தம் ஆகும்'

என்று அருள்நந்தி சிவாசாரியார் சிவாகமங்களே சித்தாந்தமாகும் என்பதனைத் தெளிவு செய்து பாடியுள்ளார்.

ஆகமங்களின் சாரமாக திருமூலரால் பாடப் பெற்ற திருமந்திரத்தில் தான் 'சைவ சித்தாந்தம்' என்ற சொல் முதன் முதலில் வருகின்றது.

'கற்பன கற்றுக் கலைமன்னும் மெய்யோகம்
முற்பத ஞானம் முறைமுறை நண்ணியே
சொற்பதம் மேவித் துரிசற்று மேலான
தற்பரம் கண்டுளோர் சைவசித்தாந்தரே'

என்று சைவசிந்தாந்தத்தை சிறப்பித்துக் கூறுகிறார் திருமூலர்.

மேலும், சிவஞான சித்தியார் - பரபக்கம் நூலில்,

'படிக்கும் நூல்கள் சிவாகமம் ; பசு பாசமோடு பதித்திறம் எடுத்து இயம்புவது ஈசன்; வார்கழல் ஏத்திடும்...'

என்று அருள்நந்தி சிவம் பாடியிருக்கின்றார். அதாவது பேரின்பம் எய்த விரும்புபவர் படிக்கும் நூல்கள் சிவாகமங்கள் ஆகும். அவை பதி, பசு, பாசம் என்னும் முப்பொருள் உண்மைகளை எடுத்து கூறும் நூல்களாக விளங்குகின்றன என்று கூறுகிறார்.

இவ்வாறு நமது சைவ சமய அருளாளர்கள் சிவாகமங்களே சைவ சித்தாந்த தத்துவமாக விளங்குகின்றன என்று தெளிவுபடுத்தி உறுதிபடக் கூறுகின்றனர்.

மேலும், இந்த ஆகமங்களின் வழிநூல்களாக பதினெட்டு சிவாசாரியார்கள் பத்ததி நூல்களை (பத்ததி என்றால் வழி, பாதை அல்லது ஒழுங்கு செய்தல் எனப் பொருள்படும்) அருளிச் செய்தனர். இந்தப் பத்ததி நூல்கள் ஆகமவிதிப்படி பூஜைகள், கும்பாபிஷேகங்கள், உத்ஸவங் கள் செய்வது பற்றியும், சிவதீக்ஷை, அனுஷ்டானம், சிவபூஜை போன்றவற்றின் முறைகளைப் பற்றியும், ஆலய நடைமுறைகள் பற்றியும், விரிவாகவும், விளக்கமாகவும் விவரித்துக் கூறுகின்றன.

இந்தப் பத்ததி நூல்கள் ஆகமங்களுக்கு அமைந்த விளக்கவுரைபோல் உள்ளன. இந்த பத்ததி நூல்களில், 'அகோர சிவாசாரியார் பத்ததி', 'சோமசம்பு சிவாசாரியார் பத்ததி', 'ஈசான சிவாசாரியார் பத்ததி' போன்றவை புகழ்பெற்ற பத்ததி நூல்களாக விளங்குகின்றன. இன்று தமிழகத்தில் பெரும்பாலான சிவாலயங்களில் ஆதிசைவ சிவாசாரி யார்களால் 'ஸ்ரீ அகோர சிவாசாரியார் பத்ததி'யே கடைபிடிக்கப்படுகிறது.

இவ்வாறு சிவபெருமானால் அருளப்பட்ட சிறப்புமிக்க ஆகமங்களை ஆதிசைவர்கள் தங்களது முன்னோர்கள் காட்டிய வழியில் கடைபிடிக்கிறார்கள். சிறுவயது முதலே குருகுல முறையில் கற்று ஆகம விதிப்படி பூஜைகள், விழாக்கள், கும்பாபிஷேகங்கள் ஆகியவற்றை செய்யும் அருள் பெற்றவர்களாகத் திகழ்கின்றார்கள்.

ஆதிசைவர்கள் சிவாகம விதிப்படி பூஜிப்பதற்காகவே இவ்வுலகில் தோன்றியவர்கள் என்பதாலும், ஆகமங்களையும், ஆகம பூஜைகளையும் காப்பதற்காகவே, சிவபெருமானால் படைக்கப் பட்டவர்கள் என்பதாலும் ஆகம கல்விக்கே இவர்கள் முக்கியத்துவம் கொடுத்து கற்று வருபவர்கள்.

ஆதிசைவ சிவாசாரியார்கள் வேதங்களில் உள்ள கோயில் வழிபாடு களுக்குரிய மந்திரங்களை மட்டுமே பயின்று ஆகமங்களையே பிரதானமாக பயில்வார்கள்.

ஆதிசைவர்கள் ஆகமங்களையே பிரதானமாகவும் பிரமாணமாகவும் கொள்வதால் இவர்கள் ஆகம அந்தணர்கள் என்றும், ஆகம வேதியர்கள் என்றும் அழைக்கப்படுகிறார்கள்.

சிவபிரானை வழிபடும் சைவர்களுக்கு ஆகமமே பிரமாண நூலாகும். சிவனை வழிபடும் அடியார்களுக்கும், சைவர்களுக்கு ஆகம விதிப்படி சிவதீக்ஷை அளித்து சிவபக்தியை பரவச் செய்யும் முதற்கடமை ஆதிசைவர்களுக்கே உரியதாகும்.

ஆதிசைவர்கள் சிவாகம விதிப்படி சிவபெருமானை அர்ச்சிப்பவர்கள் என்பதை ஸ்ரீ நம்பியாண்டார் நம்பி தனது 'திருத்தொண்டர் திருஅந்தாதியில்',

'நெறிவார் சடையரைத் தீண்டி முப்போது நீ டாகமத்தின்
அறிவால் வணங்கி அர்ச்சிப்பவர் நம்மையும் ஆண்டமராக்

கிறையாய் முக்கண்ணும் எண்தோளும் தரித்தீறில் செல்வத் தொடும்

உறைவார் சிவபெருமாற்குறை வாய உலகினிலே'

என்று பாடியுள்ளார்.

ஸ்ரீ உமாபதிசிவாசாரியார் தமது திருத்தொண்டர் புராண சாரத்தில்,

'செப்பலருந் தவமுடைய செம்மை யாளர்
சிறுகாலே மலர்வாவி திகழ மூழ்கி
ஒப்பில் திருநீறணிந்து நியதி ஆற்றி
ஓவாமே ஐந்தெழுத்தும் உணர்ந்துரைத்து
தப்பில் **சிவாகம விதியால்** இன்பால் அன்பாந்
தன்மையால் தன்மையாந் தகையார் என்றும்
முப்பொழுந் திருமேனி தீண்ட வல்ல
முறைமையார் பிறவிதொறுந் திறமையாரே'

- என்று பாடியுள்ளார்.

இதுபோலவே ஆகமங்கள் சிவபிரானால் அருளப் பெற்றவை என்பதை, 'அண்டர் தமக்கு ஆகமநூல்கள் மொழியும் எம் ஆதியை' என்று ஸ்ரீ சுந்தரமூர்த்தி ஸ்வாமிகள் பாடியருளுகின்றார். அந்த ஆகமவிதிப்படியே அன்னை பார்வதி தேவி பூஜை செய்ய ஆசைப் பட்டாள் என்பதை சேக்கிழார் பெருமான், திருக்குறிப்புத் தொண்டர் நாயனார் புராணத்தில்,

'இங்கு நாதா நீ மொழிந்த ஆகமத்தின்
இயல்பினால் உனை அர்ச்சனை புரியப்
பொங்கு கின்றதென் ஆசை என்றிறைஞ்சிப்
போக மார்த்தபூண் முலையினாள் போற்றி'

என்று கூறியுள்ளார்.

மேலும், அம்மையார், சிவபெருமான் அருளிய ஆகமநெறியிலே உறைத்து நின்று பூஜித்த செயலை,

'உம்பர் நாயகர் பூசனைக்கவர்தாம்
உரைத்த ஆகமத் துண்மையே தலைநின்
எம்பிராட்டியார் அர்ச்சனைபுரிவதனும்' -என்றும்,

ஆகம விதியில் குறைவில்லாமல் அம்மையார் சிவபூஜை செய்த செயலை,

'மெய்தரும்படி வேண்டின எல்லாம்
வேண்டும் போதினில் உதவமெய்ப் பூசை
எய்த ஆகம விதியெலாஞ் செய்தாள்
உயிர்கள் யாவையும் ஈன்ற எம்பிராட்டி'

என்றும் சேக்கிழார்பெருமான் பெரிய புராணத்தில் பாடுகின்றார்.

இவ்வாறு இவ்வுலகத்தில் முதன்முதலில் சிவபூஜை செய்தவள் அன்னை பார்வதி தேவியே. அன்னை பார்வதிதேவியே ஆகம விதிப்படியே சிவபெருமானை பூஜை செய்ததாக சேக்கிழார் பெருமான் பாடி அருளியது அனைவரும் சிந்திக்கத்தக்கது.

அன்னை பார்வதி தேவி மட்டுமல்ல, 63 நாயன்மார்களில் ஒருவராகிய திருநீலநக்க நாயனார் தினம்தோறும் ஆகம விதிப்படியே சிவபெருமானை பூஜை செய்து வந்தார் என்பதனை, 'மெய்த்த ஆகம விதிவழி வேத காரணரை நித்தல் பூசனை புரிந்தெழு நியமமுஞ் செய்தே'- என்றும் பெரிய புராணத்தில் சேக்கிழார் பெருமான் கூறியுள்ளார்.

இவ்வாறு, சிவபெருமானுக்குச் செய்யப்படும் பூஜைகள் மட்டுமல்ல, சிவபெருமானுக்கு அமைக்கப்படும் கோயில்களும்கூட ஆகம விதிப்படியேதான் நிர்மாணிக்கப்பட வேண்டும். பூசலார் நாயனார் தனது மனதுக்குள் தான் எழுப்பிய கோயிலையும் ஆகம விதிப்படியே அமைத்தார் என்பதை, 'சாதனத்தோடு தச்சர் தம்மையும்' என்கிற பாடலில் சேக்கிழார் பெருமான் பெரிய புராணத்தில் பாடியுள்ளார்.

மேலும், சிவபெருமானுக்கு செய்யும் பூஜைகளும் எழுப்பும் கோயிலும், ஆகம விதிப்படி நடப்பதோடு அல்லாமல், திருக்கோயில் களில் நடைபெறும் விழாக்களும், திருக்கோயில்களுக்கு வழங்கப்படும் நிபந்தங்களும் ஆகம விதிப்படியே நடந்திடல் வேண்டும். இதனை மனுநீதிச்சோழன் வரலாறு உணர்த்தும்.

மனுநீதிச் சோழன் திருவாரூர் திருக்கோயிலுக்கு சிவாகம விதிப்படியே பூஜைக்கு வேண்டிய நிபந்தங்களை அளித்தான் என்பதை, 'பொங்கு மாமறைப் புற்றிடங் கொண்டவர் எங்கும் ஆகி இருந்தவர் பூசனைக் அங்கண் வேண்டும் நிபந்தம் ஆராய்ந்தான் துங்க **ஆகமம்** சொன்ன முறைமையால்' என்று பெரிய புராணம் கூறுகிறது.

இவ்வாறு, ஓர் ஆலயம் நிர்மாணித்து அமைப்பது முதல் பூஜைகள், விழாக்கள் அனைத்தும் ஆகம விதிப்படியே செய்யப்பட வேண்டும் என்பதை சைவத் திருமுறைகளும் நமது அருளாளர்களின் திருவாக்குகளும் நமக்கு உணர்த்துகின்றன.

திருக்கோயில்களுக்கு நிலத்தைத் தேர்ந்தெடுப்பதிலிருந்து (பூகர்ஷணம்) கோயில் அமைத்து தெய்வங்களை பிரதிஷ்டை செய்து கும்பாபிஷேகம் முதல் மண்டலாபிஷேகம் வரையிலும் அதன்பின் நடைபெறும் விழாக்கள், பிராயச்சித்தங்கள் என அனைத்திற்கும் ஆகமங்களே பிரமாணமாகும். இதனை,

கர்ஷணாதி ப்ரதிஷ்டாந்தம் - கோயில் நிலம் தேர்ந்தெடுத்து அமைப்பது முதல் கும்பாபிஷேகம் வரை

ப்ரதிஷ்டாதி உத்ஸவாந்தம் - கும்பாபிஷேகம் முதல் உற்சவ விழாக்கள்வரை

உத்ஸவாதி ப்ராயச்சித்தாந்தம் - உத்ஸவ விழாக்கள் முதல் பிராயச்சித்த பரிகாரம்வரை

என்ற வரிசை முறையில் ஆகமங்கள் விளக்கமாக எடுத்து உரைக்கின்றன.

ஆகமவிதிப்படித்தான் ஆலயங்களில் பூஜைகள், விழாக்கள் செய்யப் படவேண்டும். ஆகமம் அறிந்த ஆதிசைவ சிவாசாரியாரைக் கொண்டு, ஆலயங்களில் கர்ஷணாதி ப்ரதிஷ்டாந்தம், ப்ரதிஷ்டாதி உத்ஸவாந்தம், உத்ஸவாதி பிராயச்சித்தாந்தம் என்கிற முறையில் பூஜைகள், விழாக்கள் செய்யப்பட வேண்டும் என்பது ஆகம விதியாகும்.

இவ்வாறு, ஆகம விதிகளை முறைப்படி கடைபிடித்து பூஜித்து வரும் பக்தர்களுக்கு சிவபெருமான் அருள் புரிவான் என்பதை, **'அம்மானே ஆகம சீலர்க்கருள் நல்கும் பெம்மானே'** - என்று ஸ்ரீ சுந்தரர் திருவாரூர் தேவாரத்தில் பாடி அருளுகின்றார்.

அவ்வாறு இல்லாமல், சிவபெருமானால் அருளப்பட்ட ஆகம விதிகளை புறந்தள்ளி இகழ்பவர்களை அரசன் தண்டித்திடல் வேண்டும் என்பதனை திருமூலர் தமது திருமந்திரத்தில், 'தத்தம் சமயத் தகுதிநில் லாதாரை அத்தன் சிவன் சொன்ன ஆகம நூல்நெறி எத்தண்டமும் செயும் அம்மையில் இம்மைக்கே மெய்தண்டம் செய்வது அவ்வேந்தன் கடனே' - என்று பாடுகின்றார்.

ஓர் ஆலயத்திற்குரிய நிலத்தைத் தேர்ந்தெடுப்பது முதல், ஆலயத்தை அமைக்கும் முறை, தெய்வங்களை பிரதிஷ்டை செய்யும் முறை,

கும்பாபிஷேகம் செய்யும் முறை, அதற்குண்டான மந்திரங்கள், தத்துவ விளக்கங்கள், கும்பாபிஷேகத்திற்குப் பின் அந்த ஆலயத்தில் செய்யப்படும் உத்ஸவங்கள், விழாக்கள் ஆகியவற்றைச் செய்யும் முறைகள், ஏதேனும் குறைகள் ஏற்பட்டால் அதனை நீக்கும் பிராயச்சித்த விதிகள், பரிகாரங்கள் என்று ஒரு கோயிலைப் பற்றிய அனைத்துவித தகவல்களும், செய்திகளும் ஆகமங்களில் மட்டுமே உள்ளன.

ஆகமங்கள் சிவபெருமானால் அருளப்பெற்றதும், 'ஆகம விதிப்படி பூஜிப்பதே தமக்கு விருப்பமானது' என்று சிவபெருமானே அருளியதும், அன்னை பார்வதி தேவியே ஆகம விதிப்படி சிவபெருமானை பூஜித்து வரம் பெற்றதும் ஆகமங்களின் முக்கியத்துவத்தையும், சிறப்பையும் உணர்த்துகிறது. கடந்த காலங்களில் நமது முன்னோர்களாகிய மன்னர்கள் திருக்கோயில்களை ஆகம விதிப்படியே அமைத்தும், ஆகம விதிப்படியே பூஜைகளையும், விழாக்களும் செய்து வந்துள்ளார்கள் என்பதை ஒவ்வொரு திருக்கோயில்களிலும் உள்ள கல்வெட்டுச் செய்திகள் நமக்கு உணர்த்துகின்றன.

தமிழகத்தில் மட்டுமல்லாது நமது மன்னர்கள் வெளிதேசங்களில் சென்று அங்கே அமைத்த கோயில்களையும் ஆகம விதிப்படியே அமைத்துள்ளனர். எடுத்துக்காட்டாக கம்போடியாவில் உள்ள **அங்கோர்வாட் ஆலயம் மாதங்க பரமேஸ்வர ஆகம விதிப்படி** எழுப்பப் பட்ட கோயிலாகும்.

இத்தகைய சிறப்புடைய சிவாகமங்கள் ஆதிசைவர்களுக்கே முதன்மை உரிமை உடையது. ஆதிசைவர்களுக்கு சமய நூற் கல்வியாக ஆகமமே உள்ளன. ஆதிசைவர்களின் அடிப்படை நூல், பிரமாண நூல் ஆகமமே ஆகும்.

ஆகமங்கள் தமிழ் நாட்டில் மட்டுமே கடைபிடிக்கப்பட்டு வருகின்றன. பல ஆகமங்கள் கடந்த காலங்களில் சிவாசாரியார்கள் வீடுகளில் பாதுகாக்கப்பட்டு வந்தன. தமிழகத்தின் இடைக்காலத்தில் ஏற்பட்ட அரசியல் சூழ்நிலை மாற்றத்தினாலும், சிவாசாரியார்களின் பொருளாதார நெருக்கடி காரணமாகவும், சிவாசாரியார்களின் ஆகம கல்விக்கு அரசின் ஆதரவு இல்லாமையாலும், காலப்போக்கில் பல ஆகம ஏடுகள் அழிந்துவிட்டன.

ஆகமங்கள் தமிழ்பண்பாட்டையே பிரதிபலிக்கின்றன. ஸ்மார்த்த பிராமணர்களைவிட சிவாசாரியார்கள் உயர்ந்தவர்கள் என்று ஆகமங்கள் கூறும். ஆகமங்கள் சிவாசாரியார்களின் பெருமைகளை பேசுவதால் வடஇந்தியாவில் ஆகமங்கள் புறக்கணிக்கப்பட்டன என்று கூறுவார் உழவாரம் ராஜசேகரன் அவர்கள்.

4. ஆலய பூஜைகள் ஆதிசைவர்களுக்கே உரிமையானது

சிவாகமங்களில் இரண்டுவித பூஜைகள் கூறப்பட்டுள்ளன.

1. **ஆத்மார்த்த பூஜை:** இப்பூஜையை சிவதீக்ஷை பெற்ற ஒருவர் தன்நலன் கருதி தனது இல்லத்தில் செய்வது ஆகும்.

2. **பரார்த்த பூஜை:** இது உலக நலன் கருதி மக்களின் நன்மைக்காக பொது நலன் கருதி, ஆகம விதிப்படி திருக்கோயில்களில் செய்யப்படும் பூஜையாகும்.

கிராமத்திலோ, நகரத்திலோ, வனங்களிலோ, மலைகளிலோ, நதிதீரம் (அ) சமுத்திர தீரங்களிலோ உள்ள ஆலயத்தில் இருக்கும் தெய்வ மூர்த்திகளை ஆகமவிதிப்படி மாதொரு பாகனார்க்கு வழிவழி அடிமை செய்யும் வேதியர் குலத்தில் தோன்றிய ஆதிசைவ சிவாசாரியார்களைக் கொண்டு பூஜிப்பது பரார்த்த பூஜையாகும்.

பரார்த்த பூஜை மூன்று வகைப்படும்

1. **நித்ய பூஜை** - திருக்கோயில்களில் நாள்தோறும் செய்யப்படும் பூஜையாகும்.

2. **நைமித்திக பூஜை** - திருக்கோயில்களில் மாதந்தோறும் நடைபெறும் விசேஷ பூஜைகள் மற்றும் திருவிழாக்கள், கும்பாபிஷேகம் போன்றவைகளாகும்.

3. **காம்ய பூஜை** - திருக்கோயில்களில் பக்தர்களின் வேண்டுதல் களின்படியும், விருப்பத்தின்படியும் செய்யப்படும் பூஜையாகும்.

இதில் பரார்த்த பூஜை என்று அழைக்கப்படும், கோயில்களில் செய்யப்படும் ஆலய பூஜையை வழிவழியாகச் செய்யும் உரிமை ஆதிசைவர்களுக்கே உள்ளது. இதனை, சேக்கிழார் பெருமான் தமது பெரிய புராணத்தில்,

> 'தெரிந்துணரின் முப்போதுஞ் செல்காலம் நிகழ்காலம்
> வருங்கால மானவற்றின் வழிவழியே திருத்தொண்டில்
> விரும்பிய அர்ச்சனைகள் சிவவேதியர்க்கே உரியன
> அப்பெருந்தகையார் குலப்பெருமையாம் புகழும்
> பெற்றியதோ'

என்று பாடுகிறார்.

அதாவது சிவாலய பூஜைகள் ஆதிசைவ சிவாசாரியார்களுக்கே உரிமையுடையது என்பதை 'அர்ச்சனைகள் சிவவேதியர்க்கே உரியன' என்று ஏகாரம் இட்டு சேக்கிழார் வலியுறுத்துகிறார். மேலும், செல்காலம், நிகழ் காலம், வருங்காலம் என்று பிரித்துக் கூறி எக்காலத்திலும் வாழையடி வாழையாக ஆதிசைவ சிவாசாரியார்களுக்கே பூஜைகள் செய்யும் உரிமை உண்டு எனவும் உறுதிபடக் கூறுகிறார்.

மேலும், 'சைவ சமய நெறி' என்னும் நூலில் ஸ்ரீ மறைஞானசம்பந்தர்,

> 'சிவன் முகத்திலே யுதித்த விப்ரசைவர்
> இவரே யருச்சனைக் கென்றெென்' *(பாடல் 435)*

என்று பாடியுள்ளார். அதாவது சிவன் முகத்தில் தோன்றிய விப்ர சைவர்களுக்கே (ஆதி சைவர்களே) அர்ச்சனை செய்யும் உரிமை உண்டு என்கிறார். மேலும், ஸ்ரீ மறைஞானசம்பந்தர் அதே நூலில்,

> 'அயன் முகத்தில் தோன்றிய அந்தணர் அர்ச்சித்துப்
> பயனடைதற் இட்டலிங்கம் பாங்கு' - என்று பாடுகிறார்.

அதாவது பிரம்மனின் முகத்தில் தோன்றிய பிராமணர்கள் மற்றும் அடியார்கள் உள்ளிட்ட மற்றவர்கள் ஆத்மார்த்த பூஜை செய்யவே உரிமை உண்டு. இவர்களுக்கு கோயில்களில் பூஜை செய்யவோ, கும்பாபிஷேகம், உத்ஸவங்கள் போன்ற விசேஷங்கள் செய்யவோ உரிமை இல்லை என்று பாடியுள்ளார்.

இதன்மூலம், சிவன் முகத்தில் தோன்றிய ஆதிசைவர்களே ஆலய பூஜைகள், கும்பாபிஷேகம் முதலியன செய்ய உரிமையுடையவர் என்பதை மறைஞானசம்பந்தர் உறுதியாகக் கூறுவதை காணலாம்.

இவ்வாறு, ஆதிசைவ சிவாசாரியாரைக் கொண்டு சிவபூஜை, உத்ஸவங்கள், கும்பாபிஷேகங்கள் செய்யாமல் பிராமணர்கள் உள்ளிட்ட மற்றவர்களைக்கொண்டு செய்தால் ஏற்படும் பாதிப்பு களை திருமூலர் தாம் அருளிய திருமந்திரத்தில்,

> 'பேர் கொண்ட பார்ப்பான் பிரான் தன்னை அர்ச்சித்தால்
> போர் கொண்ட வேந்தர்க்குப் பொல்லா வியாதியாம்
> பார் கொண்ட நாட்டுக்குப் பஞ்சமுமாம் என்றே
> சீர்கொண்ட நந்தி தெரிந்துரைத்தானே' - என்று பாடியுள்ளார்.

அதாவது, சிவபெருமானால் அருளப்பட்ட சிவாகம மந்திரங்களை அறிந்த ஆதிசைவ சிவாசாரியாரை தவிர்த்து, மற்றவர்களைக் கொண்டு சிவாலய பூஜைகள், கும்பாபிஷேக கிரியைகள் செய்தால், நாட்டின் அரசன் வலிமை இழப்பான். நாட்டில் மழை வற்றும். பஞ்சம் ஏற்படும் என்று எங்கள் அருளாசிரியர் நந்தியம் பெருமான் உரைத்ததாக நாயன்மாரும், முழு முதற் சித்தருமாகிய திருமூலர் கூறுகிறார்.

எனவே சிவாகமம் அறிந்த ஆதிசைவ சிவாசாரியார் செய்யும் பூஜையே நலத்தையும், வளத்தையும் கொடுக்கும் என்பது இதன் உட்பொருளாகும். ஆகமங்களும் மேற்கண்ட கருத்துக்களையே வலியுறுத்துகின்றன.

மகுடாகமத்தில்,

> 'விப்ரக்ஷத்ரிய விட்சூத்ர: திக்ஷீதாஞ்ச ப்ரவேசகா:
> ஆத்மார்த்தயஜனம் குர்யு: ந குர்யஸ்து ப்ரார்த்தகம்' - என்று
> கூறப்பட்டுள்ளது.

அதாவது பிராமணர், அரசர், வணிகர், வேளாளர்கள் ஆகியோர் சிவதீக்ஷை பெற்று ஆத்மார்த்த பூஜை செய்யவே அதிகாரம் உண்டு. திருக்கோயில்களில் பூஜை, கும்பாபிஷேகம், உத்ஸவ விழாக்கள் செய்ய அதிகாரம் இல்லை என்று ஆகமம் கூறுகிறது. இதன்மூலம் பிராம்மணரும், தீக்ஷை பெற்ற அடியார்களும் கோயில்களில் பூஜை, கும்பாபிஷேகம் செய்யக் கூடாது என்பது ஆகம முடிவாகும்.

திருவிளையாடல் புராணம், இந்திரன் முடிமேல் வளையெறிந்த படலத்தில், சோமவாரவிரத மகிமை கூறப்பட்டுள்ளது. அதில், 'சிவபெருமானை தீண்டி பூஜிக்கும் அருகரல்லாத வேத அந்தணர் மற்றும் தீக்ஷை பெற்ற சைவர்கள் இட்டலிங்கம் எனும் ஆன்மார்த்த லிங்கத்தை பூஜை செய்து சோமவார விரதம் செய்க என்றும், ஆன்மார்த்த பூஜைக்கு உரிமையில்லாதவர் சிவபிராமணராகிய ஆதிசைவரைக் கொண்டு பூஜை செய்வித்து இவ்விரதம் கொள்க' என்றும் கூறப்பட்டுள்ளது.

> 'ஆதியில் விலிங்கந் தீண்டற் கருகரல்லாத வேத
> வேதியர் முதலோ ரிட்ட விலிங்த்தில் விதியாலர்ச்சித்
> தோதிய விரத நோற்க வர்ச்சனைக்குரிய ரல்லாச்
> சாதியர் பொருணோர்ந்து **ஆதிசைவராற்** பூசை செய்தல்'

இதிலிருந்து வேத பிராமணர், மற்றும் தீக்ஷை பெற்ற சைவர்கள் யாவரும் ஆன்மார்த்த பூஜை செய்யலாமேயொழிய திருக்கோயிலில் லிங்கத்தைத் தீண்டி பூஜை செய்தல் கூடாது என்பது அர்த்தமாகிறது. ஆதிசைவ சிவாசாரியார்கள் பிராமணர் உள்ளிட்ட நான்கு பிரிவினர்களில் ஒருவரா என்றால் இல்லை என்பதாகும். ஏனெனில் ஸ்மார்த்த வழிவந்த வைதீக பிராமணர்கள் வேறு, ஆகம வழிவந்த ஆதிசைவ சிவாசாரியார்கள் என்பவர்கள் வேறு.

வேத பிராமணர் பிரம்மனின் முகத்தில் தோன்றியவர்கள். ஆதிசைவ சிவாசாரியார்கள் சிவசிருஷ்டியாளர்கள். அதாவது, சிவபெருமானின் திருமுகத்திலிருந்து உதித்தவர்கள். எனவேதான், சிவபெருமானின் திருமுகத்தில் தோன்றிய ஆதிசைவ சிவாசாரியார்களே திருக்கோயில் களில் பூஜைகள், கும்பாபிஷேகங்கள் ஆகியவை செய்ய வேண்டும் என்பது ஆகம விதியாகும்.

மேலும், பொருளாசை காரணமாகவோ, அல்லது துவேஷம் (உள்நோக்கம்) காரணமாகவோ, பிராமணர், அடியார் உள்ளிட்ட மற்றவர்கள் கோயில்களில் சிவத்தை தீண்டுவதாலும், பூசிப்பதாலும் அதைச் செய்வோர், செய்விப்போர் இருவருக்கும் தேவலோகத்துவ தோஷம் பிடிக்கும். மீறி செய்வாராயின் அவ்விடத்து அரசருக்கும் பொது மக்களுக்கும் கெடுதி உண்டாகும். அதுவும் ஆகம விதியை மீறினவன் அவன்மட்டுமன்றி அவனுடைய இருபத்தோரு வம்சமும் வம்சாவளியும் தீராத கோர நரகத்துக்கு உள்ளாவார்கள் என்று ஆகமம் சொல்கிறது.

மேலும், **'ரௌரவாகமம்'**,

> 'ஆதிசைவனே கர்த்தவ்யம் ஆத்மார்த்தம் ச பரார்த்தகம்' என்றுரைக்கிறது.

அதாவது, ஆதிசைவனே தன்அளவில் ஆத்மார்த்த பூஜையும், திருக்கோயில்களில் பரார்த்த பூஜையும் செய்ய வேண்டியவர், உரிமை உடையவர் என்று ஆகமம் கூறுகின்றது.

மேலும், **'காமிகாமம்'**,

> 'ஆதிசைவ குலேஜாத: ஸ்ரேஷ்டஸ்யாது ஸ்தாப நாதிஷு' என்கிறது.

அதாவது, ஆதிசைவ சிவாசாரியார்களே பிரதிஷ்டை கும்பாபிஷேக கிரியைகள் செய்ய வேண்டும் என்று உறுதிபட காமிகாமம் கூறுகின்றது.

மேலும், **'சுப்ரபேத ஆகம'த்தில்,**

> 'திக்ஷிதானாம் த்விஜாதீனாம் ஆத்மார்த்த மனு லோமினாம்
>
> பரார்த்தம் ஆதிசைவானாம் ஆத்மார்த்த ஸஹிதம் பவேத்' என்று சொல்லப்பட்டுள்ளது.

அதாவது, சிவதீக்ஷை பெற்ற பிராமணர், அடியார் உள்ளிட்ட அனைவரும் ஆத்மார்த்த பூஜை மட்டுமே செய்யலாம். ஆதிசைவர்களே ஆத்மார்த்த பூஜை, பரார்த்த பூஜை என இரண்டும் செய்ய உரிமை உடையவர்கள் என்று அர்த்தமாகும்.

திருநாகைக்காரோணம் புராணத்தில், திருவாவடுதுறை ஆதினம் மஹாவித்வான் மீனாட்சி சுந்தரம் பிள்ளை அவர்கள், 'பெருமறை உடன் ஆகமம் முழுதுணர்ந்தார்' என்னும் பாடலில், ஆதிசைவர்கள் சிவபெருமான் திருமுகத்தில் அவதரித்தவர்கள் என்றும், ஆன்மார்த்தம், பரார்த்தம் என்ற இருபூஜைகளும் செய்யும் பூரண உரிமை உடையவர்கள் என்றும் பாடியுள்ளார்.

இதே கருத்தையே **காளையார் கோயிற் புராணம்,**

> 'பொதுமையுஞ்சிறப்புமென்னப் புராதனன் புகன்றவாய்மை
> முதுமறையாக மங்கண் முழுதுமோர்ந்தென்றும் பூசை
> பதியுமான்மார்த்தத்தோடு பரார்த்தத்தும்புரி இத்தலைக்கோர்
> மதிபெறும் **ஆதிசைவர்.'** ' - என்றும்,

திருப்பெருந்துறைப் புராணம்,

> 'மறையுடனாகமமுணர்ந்த மாட்சியர்
> பொறையொடான் மார்த்த பரார்த்தம் போற்றுவார்
> அறைபெறும் புகழ்மிகும் **ஆதிசைவர்.'** - என்றும்,

கண்டதேவிப் புராணத்தில், 'எண்ணில்வேதாக மங்களைய' என்னும் பாடலும், திருக்குடந்தைப் புராணம், 'வெள்ளியங்கயிலை விமலனார் மொழிந்த' என்ற பாடலும் வலியுறுத்துகின்றன.

ஆதிசைவர்களாகிய சிவாசாரியார்கள் ஆன்மார்த்தம், பரார்த்தம் என்ற இரு விதத்திலும் சிவபெருமானை பூஜிக்கும் உரிமை பெற்றவர்கள் என்று மேற்கண்ட அத்தனை தலப்புராண பாடல்களும் அறுதியிட்டுக் கூறுகின்றன.

திருக்கோயில்களில் சிவலிங்கத் திருமேனியைத் தீண்டி பூஜித்து வழிபடும் உரிமை ஆதிசைவருக்கே உரியது. இதனை ஸ்ரீ சுந்தரர் தமது திருத்தொண்டத் தொகை தேவாரத்தில், **'முப்பொழுதும் திருமேனி தீண்டுவார்க்கும் அடியேன்'** என்று பாடியுள்ளார்.

இதற்கு விளக்கம் அளித்துள்ள சேக்கிழார் பெருமான் தமது பெரிய புராணத்தில்,

> 'எப்போதும் இனியபிரான் இன்னருளால் அதிகரித்து
> மெய்ப்போத நெறிவந்த விதிமுறைமை வழுவாமே
> அப்போதைக் கப்போதும் ஆர்வமிகும் அன்பினராய்
> முப்போதும் அர்ச்சிப்பார் முதற் சைவராம் முனிவர்'
> என்கிறார்.

மேற்படி பாடலில் சேக்கிழார் பெருமான் ஆதிசைவரை முதற்சைவர் என்று குறிப்பிடுவது முக்கியத்துவம் பெறுகிறது.

அகத்தடிமைப் பணி (அ) அகம்படித்திருத்தொண்டு

அகத்தடிமைப் பணி (அ) அகம்படித் திருத்தொண்டு என்பது கருவறையில் சிவபெருமானைத் தீண்டி பூஜிக்கும் செயலைக் குறிப்பதாகும். ஆதிசைவருக்கே லிங்க திருமேனியை தீண்டி பூஜிக்கும் உரிமையை சைவசமயம் அளித்துள்ளது.

ஆதிசைவராகிய புகழ்த்துணை நாயனாரை பெரிய புராணத்தில் சேக்கிழார் பெருமான்,

> 'செருவிலிபுத் தூர்மன்னுஞ் சிவமறையோர் திருக்குலத்தோர்
> அருவரைவில் லாளி தனக்கு அகத்தடிமை யாம்தனக்கு
> ஒருவர்தமை நிகரில்லார் உலகத்துப் பரந்தோங்கிப்
> பொருவாரிய புகழ்நீடு புகழ்த்துணையார் எனும் பெயரார்'

என்று பாடியுள்ளார்.

திருத்தொண்டர் புராணம் சாரத்தில் உமாபதி சிவாசாரியார்,

> 'புண்ணியர்கள் புகழ்அழகார் திருப்பத்தூர்வாழ்
> புகழ்த்துணையார் அகத்தடிமை புனிதர்'

என்று பாடியுள்ளார்.

ஸ்ரீ சுந்தரர் தமது தேவாரத்தில் புகழ்துணை நாயனாரை பற்றிப் பாடும் பொழுது,

> 'அகத்தடிமை செய்யும் அந்தணன் தான்அரி
> சிற்புனல் கொண்டுவந் தாட்டுகின்றான்,

மிகத்தளர் வெய்திக் குடத்தையும் நும்முடி
மேல்விழுந் திட்டு நடுங்குதலும்
வகுத்தவ னுக்கு நித்தற் படியும்
வரும்என் றொருகாசினை நின்ற நன்றிப்
புகழ்த்துணை கைப்புகச் செய்து கந்தீர்
பொழிலார் திருப்புத்தூர்ப் புனிதனிரே' - என்று
பாடியுள்ளார்.

இவ்வாறு, தேவார திருமுறைகளில் ஆதிசைவராகிய புகழ்துணை நாயனாரைப் பற்றி பாடியருளும் பொழுது மட்டுமே அகத்தடிமை பணியை, அகத்தடிமை திருத்தொண்டு பற்றி பாடப்பட்டிருப்பதன் மூலம் ஆதிசைவர்களுக்கே கருவரை சென்று பூஜைகள், கும்பாபிஷேகம், உற்சவங்கள் செய்யும் உரிமை உள்ளது என்பதைத் தெரிந்துகொள்ளலாம்.

சிவாகமம் அறிந்த ஆதிசைவ சிவாசாரியாரைக் கொண்டு செய்யும் பூஜைகள், கும்பாபிஷேகங்கள் மூலமே, அதைச் செய்தோர், செய்வித்தோர் இருவரும் சுப பலனையும், சிவ புண்ணியத்தையும் முழுமையாக அடைய முடியும். உலகத்திற்கு நன்மை உண்டாக்கும். நீர்வளம், நிலவளம் முதலியன செழுமையுடன் விளங்கும். காரண ஆகமமும்,

'ஆதிசைவஸ்ய பூஜாம் ஸர்வஸித்திகரம் ஸ்மருதம்' என்று கூறுகின்றது.

அதாவது, ஆதிசைவர்கள் செய்யும் பூஜையே உலகத்துக்கு நலத்தையும், வளத்தையும், கீர்த்தியையும், பயனையும் தருவதாகும் என்பது இதன் உட்பொருளாகும்.

திருவாவடுதுறை ஆதின மஹாவித்வான் மீனாட்சி சுந்தரம் பிள்ளை அவர்கள் தாம் பாடிய **'சிவாலய தரிசன விதி'**யில், ஆதிசைவர்களைக் கொண்டே ஆலயத்தில் வழிபாடு செய்யவேண்டும் என்பதை,

'இருகரங் குவித்துட் புக்காங் கிலங்க நின்றாடு மையர்
பொருவில் குஞ்சிதத்தாள் போற்றிப் புண்ணியச் சிவபிரான்முன்
மருவியங் **காதிசைவன்** மலர்க்கையி னனைத்து நல்கி
யொருவற வனையான் செய்யும் உபசாரம் அனைத்து நோக்கி'
- என்று பாடியுள்ளார்.

சைவ சித்தாந்த தத்துவத்தில் ஒரு பொருளை நிரூபணம் செய்ய மூன்று நிலைகளைக் கொண்டு ஆராயப்படும். அவை,

1. காட்சி (பிரத்யட்ச பிரமாணம்)
2. கருதல் (அனுமானப் பிரமாணம்)
3. உரை (ஆகமப் பிரமாணம்)

இந்த மூன்று நிலைகளில், ஆதிசைவரைத் தவிர மற்றவர்கள் அனைவரும் பரார்த்த பூஜைக்கு அருகரல்லர் என விதித்த நூல் (ஆகம) வழக்காலும்,

வழிபடும் ஏனையோரைக் காட்டிலும் மூர்த்தியைத் தீண்டி வழிபாடு செய்வார் உயர்ந்தவராதல் வேண்டுமெனக் கருதலளவையாலும்,

தாம் கொடுக்கும் திருநீற்றை யாவரும் இருகரங்களையும் நீட்டி ஏற்கக் காணும் காட்சி அளவையாலும்,

ஆதிசைவ சிவாசாரியார்களுக்கே பரார்த்த பூஜை, கும்பாபிஷேகம் போன்ற கிரியைகள் செய்ய பூரண உரிமை உள்ளது என்பது தெரியவரும்.

சிவபெருமான் விரும்புவது ஆகம பூஜைகளையே. எனவேதான் சிவபெருமான் தனது திருமுகங்களில் இருந்து ஆகமங்களை உபதேசம் செய்து, அந்த ஆகம விதிப்படி பூஜைகளைச் செய்ய, தனது திருமுகத்திலிருந்தே ஆதிசைவர்களைத் தோற்றுவித்து தம் திருமேனியைத் தீண்டும் அதிகாரத்தை சிவவேதியர்களாகிய ஆதிசைவ குலத்திற்கே தந்துள்ளார்.

எனவே, ஆதிசைவ சிவாசாரியார்களைக் கொண்டே ஆகம விதிப்படி ஆலயங்களில் பூஜைகள், விழாக்கள், கும்பாபிஷேகங்கள் போன்றவை செய்யப்படவேண்டும். இதை எல்லாம் உணர்ந்தே பண்டைய அரசர்கள், முப்போதும் திருமேனி தீண்டுவாராகிய ஆதிசைவ சிவாசாரியார்களுக்கு பரார்த்த பூஜையை பரம்பரை பாத்தியங் கொடுத்துப் பாராட்டினார்கள்.

5. சிவவேதியர் – வேத வேதியர்

பிராமணர்களை பொதுவாக அந்தணர், வேதியர், மறையவர் என்று அழைப்பார்கள். ஆனால் மேற்கண்ட வேதியர், அந்தணர் என்ற பதத்தோடு சிவ (அ) சைவ என்ற திருவார்த்தையை சேர்த்து சிவஅந்தணர். சிவவேதியர், சிவப்பிராமணர், சிவமறையவர், சைவவேதியர், சைவஅந்தணர் என்று குறிப்பிடும்பொழுது அது ஆதிசைவர்களாகிய சிவாசாரியார்களையே குறிக்கும்.

வேதத்திற்கு முதன்மை கொடுப்பவர்கள் பிராமணர்கள்.

வேதத்தைப் பொதுவாகப் பயின்று ஆகமத்திற்கு முன்னுரிமை கொடுப்பவர்கள் சிவாசாரியார்கள்.

மற்ற பிராமணர்களைப் போன்று உருவத்திலும், உடையிலும் ஒன்றுபோல் காணப்பட்டாலும், ஆதிசைவ சிவாசாரியார்கள் ஆகம மரபைச் சேர்ந்தவர்கள். மற்ற பிராமணர்கள், வேத மரபைச் சார்ந்தவர்கள்.

பிராமணர்கள் பிரம்மனின் முகத்தில் உதித்த வேதவேதியர்கள்.

ஆதிசைவ சிவாசாரியார்கள் சிவசிருஷ்டியில் அதாவது சிவபெருமானுடைய திருமுகத்தில் தோன்றிய சிவவேதியர்கள்.

எனவே, பிராமணர்கள் வேறு சிவாசாரியார்கள் வேறு என்ற உண்மையைப் புரிந்துகொள்ளவேண்டும். இருவருக்கும் தங்கள் வாழ்விலும் சரி, வழிபாட்டு முறைகளிலும் தனித்தனி சம்பிரதாயங்கள் உள்ளன.

வரலாற்று ஆய்வாளர் திரு. K.K. பிள்ளை அவர்கள், 'தமிழக வரலாறும் மக்கள் பண்பாடும்' என்ற நூலில், 'கோயில் அருச்சகத் தொழிலுக்கு உரிமையுடையவர்கள் ஆதிசைவ அந்தணர்கள் அல்லது குருக்கள் ஆவார்கள். ஏனைய பிராமணப் பிரிவினர் இவர்களுடன் உணவுக் கலப்பும் ரத்தக் கலப்பும் கொள்வதில்லை. ஆதிசைவரின் கோத்திரங்கள் சூத்திரங்களுக்கும், ஏனைய பிராமணரின் கோத்திர சூத்திரங்களுக்கும் ஆழ்ந்த வேறுபாடு உண்டு' என்கிறார்.

திருப்பனந்தாள் ஸ்ரீ காசிமடம் அதிபர் ஸ்ரீலஸ்ரீ எஜமான் ஸ்வாமிகள் தமது, 'மெய்யும் பொய்யும்' நூலில், 'வேதத்திற்கு முதன்மை கொடுப்பவர்கள் பார்ப்பனர் (பிராமணர்கள்). ஆகமத்திற்கு முதன்மை கொடுப்பவர்கள் சிவாசாரியார்கள்.

மேலும், சிவனே - சிவமே - பரம்பொருள் என்பவர்கள் சிவாசாரியார் கள். பிரம்மமே - பரம்பொருள் என்பவர்கள் பார்ப்பனர்கள்.

பார்ப்பனர்களுக்கு, சன்யாச ஆஸ்ரமம் உண்டு. சிவாசாரியார்களுக்கு சன்னியாச ஆஸ்ரமம் விதிக்கப்படவில்லை.

தவிர, பார்ப்பனர்கள் வேதவிதிப்படி அனைத்துச் சடங்குகளும் செய்வார்கள் என்றும் சிவாசாரியார்கள் ஆகமவிதிப்படி அனைத்து சடங்குகளையும் செய்வார்கள் என்றும், இதுபோல் பல எடுத்துக் காட்டுகளை கூறி, பிராமணர்கள் என்போர்கள் வேறு, சிவாசாரியார் கள் என்பவர்கள் வேறு என்று ஸ்ரீலஸ்ரீ எஜமான் சுவாமிகள் கூறி விளக்கியுள்ளார்கள்.

மேலும், ஸ்ரீலஸ்ரீ எஜமான் சுவாமிகள் தமது 'சிவஞானநிலை'யில், 'பார்ப்பனர்களுக்கும், சிவாசாரியார் பெருமக்களுக்கும் உபநயனம் விதி உண்டு. ஆனால், சிவாசாரியார்கள் உபநயனத்தின் பின்பு சிவதீக்ஷை பெற்றுச் செய்யும் சந்தியாவந்தனம் வேறானது. அது விசேஷமான சிவவணக்கம் கொண்டதாகும்.' என்று விளக்கியுள்ளார். வழிபாட்டுக்கே பிறப்பெடுத்த சிவாசார்யப் பெருமக்களின் சந்தியா வந்தனம் கூடுதலான சிறப்புடையது என்பதை இதன்மூலம் அறியலாம்.

சமயங்களின் அரசியல் என்ற நூலில் முனைவர். தொ.பரமசிவம் அவர்கள்,

'கோயில்களில் கருவறையில் மூலத் திருமேனியைத் தொட்டுப் பூசனை செய்வோர் **'சிவப்பிராமணர்'** என்னும் கூட்டத்தாரே ஆவர். அது அவர்களுக்கே உரிய தனி உரிமையாகும். அவர்கள் வேதப் பார்ப்பனர்களோடு இன்றுவரை மண உறவு வைத்துக்கொள்வதில்லை. வேதப் பார்ப்பனர்களுக்கு கருவறையுள் நுழையவும் இன்றளவும் அனுமதி இல்லை. கருவறையை அடுத்துள்ள இடைகழி (அர்த்த

மண்டபத்தில் நின்று கொண்டே அவர்கள் வேதம் ஓதுகின்றனர்' என்று கூறுகிறார்.

பெரிய புராணத்தில் சேக்கிழார் பெருமான் பிராமணர்களைக் குறிப்பிடும்பொழுது வேதியர், மறையோர், அந்தணர் என்றும், சிவாசாரியார்களைக் குறிப்பிடும்பொழுது, சிவ வேதியர், சிவமறையோர், சைவஅந்தணர் என்றும் தனித்துக் காட்டி பாடியுள்ளார்.

முற்காலத்தில் ஆதிசைவர்களாகிய சிவாசாரியார்களை 'ஐயர்' என்று அழைக்கும் வழக்கம் உலக வழக்கிலும், சைவ சமய வழக்கிலும் கிடையாது. சைவ சமயத்திற்கு குருவாக விளங்குவதால் 'குருக்கள் ஐயா' என்று அழைக்கும் மரபே இருந்தது. காலப்போக்கில் குருக்கள் ஐயா - குருக்கள் ஐயர் என்று ஆகி பின் 'ஐயர்' என்று அழைக்கும் வழக்கம் ஏற்பட்டுவிட்டது.

தமிழகத்தின் இடைக்காலத்தில் அதாவது மாற்று தேச மன்னர்கள் காலத்தில் பூணூல் அணிந்தவர்கள் அனைவரையுமே 'ஐயர்' என்று அழைக்கும் பழக்கம் ஏற்பட்டுவிட்டது. இதன் காரணத்தால், ஆதிசைவ சிவாசாரியார்கள் தங்கள் தனித்தன்மையை, தனித்துவத்தை, சமூக மரியாதை இழந்ததுதான் துயரமானது.

பழைய தமிழ்நூல்களில் சிவாசாரியார்களை 'தமிழ்குருக்கள்', 'சைவகுருக்கள்' என்று அழைக்கும் மரபு இருந்துள்ளது. தாய்மொழி தமிழாக கொண்ட மக்களே சிவனை வழிபடும் சைவ சமயத்தவராக விளங்குவதால் தமிழ்குருக்கள் என்றும், சைவகுருக்கள் என்றும் ஆதிசைவர்களை அழைக்கும் மரபு கடந்த காலங்களில் இருந்து வந்துள்ளது.

தமிழகத்தின் இடைக்காலத்தில் ஏற்பட்ட தெலுங்கு மன்னர்களின் ஆட்சிக் காலத்திலும், மராட்டிய மன்னர்களின் ஆட்சிக் காலத்திலும் தெலுங்கு தேசத்திலிருந்தும், மராட்டிய தேசத்திலிருந்தும் பொது மக்கள் தமிழகத்தில் பெரும் திரளாகக் குடியமர்த்தப்பட்டனர். இவ்வாறு வந்த மக்களுக்கு புரோகிதம் செய்து வைக்க தெலுங்கு தேசங்களிலிருந்தும், மராட்டிய தேசங்களில் இருந்தும் பிராமணர்கள் இங்கு அழைத்து வரப்பட்டு குடியமர்த்தப்பட்டனர். இவ்வகையில், தமிழகத்தில் பலவகைப்பட்ட பிராமணர்கள் வாழ்ந்து வருகின்றார்கள்.

இவர்களில் தமிழகக் கோயில்களில் **பண்டைக் காலம் முதலே தமிழகத்தின் தொல்குடிகளாக இருந்து வழிபாடுகளைச் செய்து வரும் ஆதிசைவ சிவாசாரியார்கள் தமிழ் நிலத்திற்கே உரிய சைவ குருக்கள் மார்கள்.** இவர்களே தமிழ் பேசும் மக்களுக்கும் சைவ சமயத்தார்க்கும்

குருவாக, குருக்கள்களாக இருந்து வந்துள்ளார்கள் என்பதே கடந்த கால வரலாற்று உணமையாகும்.

எனவே, ஆகம மரபில் வந்த ஆதிசைவர்கள் எனப்படும் சிவாசாரியார்கள் என்பவர்கள் வேறு, சுருதி நூல் கடைபிடிக்கும் பிராமணர்கள் என்பவர்கள் வேறு என்ற உண்மையை நாம் அறிந்து கொள்ள வேண்டும்.

ஆதிசைவசிவாசாரியார்களின் ஐந்து சின்னங்கள்

ஆதிசைவ சிவாசாரியார்களுக்கு ஆகமங்கள் ஐந்து அடையாளங்களை (சின்னங்களை) கூறியுள்ளது.

அவை, விபூதி, ருத்திராக்ஷம், உபவீதம், உத்தரியம், உஷ்ணீஷம் ஆகியனவாகும்.

6. ஆதிசைவர்கள் இனத்தால் தமிழர்களே

ஆதிசைவர்கள் சங்க காலம் முதலே தமிழ் நிலத்தில் வாழ்ந்து வரும் தமிழ் இனத்தைச் சார்ந்தவர்களாவார்கள். ஆதிசைவர்கள் பழந்தமிழர் கள். தொல்குடி அந்தணர்கள். தமிழ்நாட்டுக் கோயில்களில் பூஜை செய்யும் மரபுக்குரியவர்கள்.

'கா.சு.பிள்ளை' அவர்கள் தமது 'சேக்கிழார் சுவாமிகள் வரலாறு' என்ற நூலில், 'கோயிலில் பூசை புரியும் ஆதிசைவர் பண்டைத் தமிழ்ப் பார்ப்பனராவார். நம்பி என்ற தமிழ்பெயரும் அவர்களைக் குறித்து வழங்குகின்றது' என்று கூறியுள்ளார்.

அவரே தாம் எழுதிய **'தமிழர் சமயம்'** என்ற நூலில், 'இப்போது ஆலயங்களின் குருக்களாக உள்ள ஆதிசைவ மரபினர் தமிழ்ப் பார்ப்பனரே ஆவார். அவர்கள் சிவன் முகத்து அருள்பெற்ற அந்தணர் எனவும், சுமார்த்தப் பிராம்மணர் அயன் முகத்துதித்த பிராமணர் எனவும் கருதப்படுவதுடன், பின்னையோர் கோயிற் பூசனைக்கு உரியரல்லர் என்று ஆகமம் விதிக்கிறது. ஆதிசைவர் தமிழ்நாட்டிலே பொதியின் மலைக்குத் தெற்கிலுள்ள பெருஞ் செல்வமென்னும் மகேந்திர மலையில் தவமியற்றித் திருவருள் பெற்ற ஐந்து தமிழ் முனிவர்களின் சந்ததியர் ஆவார். அவர்கள் தற்காலத்தில் தம்மை இன்னார் என்று அறியாது சுமார்த்த மதநெறியை தழுவி நடக்க முயலுகின்றார்கள்' என்று கூறுகிறார். மேலும், **ஆதிசைவர்களை தமிழ்குருக்கள், சைவ குருக்கள்மார்** என்றும் **கா.சு.பிள்ளை** குறிப்பிடுகின்றார்.

மறைமலையடிகளாரும் தனது **'தமிழர் மதம்'** எனும் நூலில், ஆதிசைவர்களை தமிழ் பார்ப்பனர் என்றும் தமிழ்குருக்கள்மார் என்றும் குறிப்பிடுகின்றனர்.

'சமயங்களின் அரசியல்' என்ற நூலில் முனைவர். தொ. பரமசிவம் அவர்கள், 'சிவப்பிராமணர்கள் தமிழ்நாட்டில் உருவாகிய ஒரு கூட்டத்தாராக இருக்க வேண்டும். வடமொழியிலும் தமிழிலும் அர்ச்சனை செய்யத் தெரியும். அடியவர்களுக்குத் திருநீறு வழங்கும் உரிமையும் கடமையும் இவர்களுக்கு மட்டுமே உண்டு.

இவர்கள் எண்ணிக்கையில் சிறிய கூட்டத்தவராவர். இவர்களுக்குக் **'காணியாளர்'** என்ற பெயரும் உண்டு. **காணியாளர் என்றால் மரபுரிமை உடையவர்** (மண்ணின் மைந்தர்) என்பதே பொருளாகும். பின்னாளில் வடநாட்டிலிருந்து இடம் பெயர்ந்து வந்த வேதப் பார்ப்பனர் பெருந்தொகையினர் ஆவர். எனவே, இந்தக் கடைசி இடப்பெயர்வுக்கு **'பிருகத்சரணம்'** (பெருந்தொகையான குடியேற்றம்) என்றே பெயர். எனவேதான் சிவன் கோயிலை அடுத்த அக்ரஹாரங்களில் சிவப்பிராம்மணர் (ஆதிசைவ அர்ச்சகர்) வீடுகள் ஒன்று, இரண்டு என்பதாக இருக்க, வேதப்பார்ப்பனர்கள் வீடு நாற்பது, ஐம்பது என்பதாக இருக்கின்றன!' என்று கூறியுள்ளார்.

திருப்பனந்தாள் ஸ்ரீ காசிமடம் அதிபர் ஸ்ரீலஸ்ரீ எஜமான் சுவாமிகள் தனது 'மெய்யும் பொய்யும்' என்கிற நூலில், 'சிவாசாரியார்கள் ஆரியர் அல்லர் என்றும், திராவிடர்களில் ஆதியானவர்கள் இந்த நிலத்திற்கே சொந்தமான பூர்வீகக் குடிமக்கள் என்றும், சைவர்களில் ஆதியானவர் கள் ஆதிசைவர்கள் ஆக **ஆதி என்ற அடைமொழி பூர்வீகமானவர்கள்** என்ற பொருள் தருவதை உணரலாம். எனவே, **ஆதிசைவர்கள் தமிழகத்தின் பூர்வீகக் குடிகள்'** என்கிறார்.

மேலும், 'ஆதியிலிருந்தே இந்நிலத்தில் இருந்தவர்களை 'ஆதிதிராவிடர் கள்' என்கிறோம். திராவிடர்கள் என்ற சொல் விந்திய மலைக்குத் தெற்கே உள்ளவர்களைக் குறிக்கும். சைவர்கள் என்ற சமயப் பெயர் ஒட்டுவதால் சிவாசாரியார்களை ஆதிசைவர்கள் என்கிறோம். நிலப்பெயரும், சமயப்பெயரும் ஒன்றாக ஒட்டாது என்பது யாவரும் அறிந்ததே. ஒட்டித்தான் ஆகவேண்டுமென்றால், இவர்களை 'ஆதிசைவத்திராவிடர்கள்' என்பதே பொருந்திவரும். எனவே, சமயரீதியாகப் பார்க்கும்போது சிவாசாரியார்கள் சைவர்கள், மொழிவழியாகப் பகுக்கும்போது தமிழர்கள்' என்கிறார்.

பாரத தேசத்தில் இமயம் முதல் குமரி வரை பிராமணர்கள் வாழ்ந்து வருகிறார்கள். ஆனால் ஆதிசைவ சிவாசாரியார்கள் தமிழகத்தில்

மட்டுமே வாழ்ந்து வருபவர்கள். தமிழகம்மட்டுமே சிவாசாரியார்களின் பூர்வீகமாக உள்ளது. தமிழகத்தைத் தாண்டி வட இந்தியாவில் சிவாசாரியார்கள் என்ற பிரிவினர் கிடையாது. ஆதிசைவ சிவாசாரியார்களும் அவர்கள் பிரமாணமாகக் கொண்ட ஆகம நூல்களும் தமிழகத்தில் மட்டுமே வழக்கில் உள்ளவை. இதன் மூலமே சிவாசாரியார்கள் தமிழகத்தின் பூர்வீகக் குடிகள், தமிழர்களே என்பதை அறிந்து கொள்ள வேண்டும்.

மேலும், ஆதிசைவர்களாகிய சிவாசாரியார்கள் தமிழகத்தில் மட்டும் வாழ்ந்து வருவதுபோல், தமிழர்கள் பூர்வீகக் குடிகளாக வாழும் மற்றொரு நாடாகிய இலங்கை ஈழத்திலும், சிவாசாரியார்கள் பூர்வீக குடிகளாக வாழ்ந்து வருவது சிந்திக்கத்தக்கது. ஈழ தேசத்தில் உள்ள சிவாலயங்களில் அகம்படித் தொண்டு என்ற சிவாலய பூஜைகளைச் செய்துகொண்டு சைவ சமயம் வளரவும், சிவபக்தி பெருகவும் பல சிவாசாரியார்கள் ஈழத்தில் தொண்டு செய்துவருகிறார்கள். தமிழர்கள் தொன்மையாக வாழும் இடங்களே, சிவாசாரியார்களின் பூர்வீக இடமாக இருப்பதில் இருந்தே ஆதிசைவ சிவாசாரியார்கள் தமிழர்களே என்பதை தெரிந்துகொள்ளலாம். இதன் மூலம் ஆதிசைவர்கள் தமிழ்நாட்டின் பூர்வகுடிகள், மண்ணின் மைந்தர்கள் என்பதை உணர முடியும்.

7. ஆதிசைவர்களின் தொன்மை

சங்க காலம் முதலே ஆதிசைவர்கள் தமிழகத்தில் தொன்மை குடிமக்களாக வாழ்ந்து வழிபாடுகளைச் செய்து வந்துள்ளனர் என்பதை சங்க இலக்கியமான பரிபாடல்,

> ‘விரி நூலந்தணர் விழவு தொடங்கப்
> புரிநூலந்தணர் பொலம் கலம் ஏற்ப’ (1-77-9)

என்ற புறநானூறு பாடல் மூலம் உணர்த்துகிறது.

இங்கு, **விரிநூல் என்பது ஆகமத்தையும், விரிநூலந்தணர் என்பது ஆகமத்தை அறிந்த ஆதிசைவர் அந்தணரையும் குறிக்கும்.**

இவர்கள், தமிழகத்தில் தொன்மை குடிமக்களாக வாழ்ந்து வந்து சைவ சமயத்திற்கும் தமிழ் பக்தி இலக்கியங்களுக்கும் தொண்டு செய்து வருகிறார்கள்.

கலியுகம் தொடங்கிய காலத்தில் அவதரித்த கண்ணப்ப நாயனார் புராணத்தில் சிவவழிபாட்டினை செய்யும் சிவகோசரியார் ஓர் ஆதிசைவர்.

சங்க காலப் பாடல்களில் பெருமைபடப் பேசப்படும் சிவபெருமானின் திருவிளையாடல்களில் ஒன்றான, ஈசனே சங்கப் பலகை ஏறி வாதிட்டு பொற்கிழி பெற்றுத் தந்த சங்ககால தருமி ஓர் ஆதி சைவ அர்ச்சகர். தருமி ஆதிசைவர் மரபில் வந்தவர் என்பதை திருவிளையாடல் புராணம் தருமிக்குப் பொற்கிழி அளித்த படலத்தில்,

'அந்த வேலையிலா ஆதிசைவரில்
வந்த மாணவன் மணஞ்செய் வேட்கையால்
முந்தை யாட்சிமுமுயலும் பெற்றியான்
தந்தை தாயிலான் தருமியென்றுளான்' என்ற பாடலின் மூலம் அறிந்துகொள்ளலாம்.

தமிழகத்தின் இருண்ட காலமான களப்பிரர் ஆட்சியில் கி.பி. 5ம் நூற்றாண்டில், பல துன்பங்களுக்கும், வறுமைக்கும் இடையில் உயிரினும் மேலாக மதித்து சிவபூஜை செய்த 63 நாயன்மார்களில் ஒருவராகிய **ஸ்ரீ புகழ்த் துணை நாயனார்** ஓர் ஆதிசைவர்.

கி.பி. 7ம் நூற்றாண்டில் அவதரித்து 63 நாயன்மார்களை இந்த உலகறியச்செய்த தேவாரம் பாடிய மூவரில் ஒருவர் ஸ்ரீ சுந்தரமூர்த்தி சுவாமிகள். அவரது தந்தை **ஸ்ரீ சடையனார்** தாயார் **ஸ்ரீ இசைஞானியார்** ஆகியோர் ஆதிசைவர்கள்.

கி.பி. 10ம் நூற்றாண்டில் அவதரித்த மாமன்னன் ராஜராஜசோழன் வேண்டுதலுக்கு ஏற்ப தேவாரத் திருமுறைகளை கண்டெடுத்துத் தொகுத்துத் தந்த **'ஸ்ரீ நம்பியாண்டார் நம்பிகள்'** ஓர் ஆதிசைவர்.

கி.பி. 13ம் நூற்றாண்டில் 'சிவஞானசித்தியார்' என்ற உயர்வான சைவ சித்தாந்த நூலை பாடி அருளிச் செய்த சைவ சித்தாந்த ஆசிரியர் **'ஸ்ரீ அருள்நந்தி சிவாசாரியார்'** ஓர் ஆதிசைவர்.

கி.பி. 14ம் நூற்றாண்டில் அவதரித்து தமிழில் உள்ள புராணங்களில் அளவில் பெரியதும் சிறப்பும் உடைய கந்த புராணத்தை பாடிய **'ஸ்ரீ கச்சியப்ப சிவாசாரியார்'** ஓர் ஆதிசைவர்.

மேலும், ஆளுடைய நம்பி என்று குறிக்கப்படும் ஸ்ரீ சுந்தரரின் தாயார் இசைஞானியார் குறித்து இரண்டாம் குலோத்துங்க சோழனுடைய (கி.பி.1113 - 1150) திருவாரூர் கோயில் கல்வெட்டில் குறிப்பு உள்ளது. அப்பகுதியில்,

'ஆளுடைய நம்பி மாதாக்கள் இசைஞானியார்
ஜனனி பவதோ ஞான சிவாச்சார்ய குலே பவத்
சைவே கௌதம கோத்ரேஸ்மின் ஞான்யாரவ்யா
கமலாபுரீ' - என்று பொறிக்கப்பட்டுள்ளது.

இவ்வாறு ஆதிசைவ மரபைச் சார்ந்தவர்கள் சங்க காலம் முதல் தொன்மை குடிமக்களாக காலந்தோறும் தமிழகத்தில் வாழ்ந்து வந்து சிவப்பணியும், சைவத் தொண்டும் செய்து வந்துள்ளார்கள் என்பதை இதன்மூலம் அறிந்து கொள்ள முடிகிறது.

8. ஆதிசைவர்களின் தமிழ்த் தொண்டு

'சைவமும் தமிழும் தழைத்தினி தோங்குக' என்ற வாக்கிற்கேற்ப ஆதிசைவர்கள் சைவ சமயத்திற்கும் தமிழ் பக்தி இலக்கியங்களுக்கும் செய்த தொண்டு அளப்பரியதாகும்.

சங்ககால தருமி என்ற ஆதிசைவர் பொற்கிழி பெறுவதற்காக, சங்கப்பலகை ஏறி நக்கீரரோடு வாதிட்டு சங்கப்புலவர்களுக்கும் தமிழுக்கும் பெருமை சேர்த்தார் சிவபெருமான்.

சைவ சமயத்தின் மையமான அறுபத்தி மூன்று நாயன்மார்களையும் அவர்கள் செய்த சிவத் தொண்டையும் இந்த உலகம் முழுவதும் அறியச் செய்தவர் ஸ்ரீ சுந்தரமூர்த்தி சுவாமிகள். தாம் பாடியத் 'திருத் தொண்டத்தொகை தேவாரம்' மூலம் அடியவர்களின் நாயன்மார் களின் பெருமைகளை உலகறியச் செய்ததன் காரணமாக பக்தி இயக்கமும் சைவ சமயமும் புத்துயிர் பெற்றது. சுந்தரர் பாடியத் திருத்தொண்டத் தொகை தேவாரத்தின் காரணமாகவே, தமிழில் 'பெரிய புராணம்' எனும் அழகிய தமிழ் இலக்கியம் சேக்கிழாரால் பாடப் பெற்றது.

சுந்தரர் காலத்திற்குப் பின்பே சைவ சமயத்தில் நாயன்மார்களுக்கும், அடியார்களுக்கும் தனித்ததோர் இடம் கிடைத்தது. நாயன் மார்களுக்கு கோயில் அமைப்பதும், அவர்களுக்கு பூஜைகள், விழாக்கள் என பல சிறப்புகள் செய்யப்பட்டன.

அதேபோல், திருநாரையூரில் அவதரித்த **நம்பியாண்டார் நம்பி** எனும் ஆதிசைவ குலத்தில் உதித்த சிறுவர்தான் பொல்லாப் பிள்ளையார் திருவருளால் தேவார திருமுறைகளைக் கண்டுபிடித்து மீட்டெடுத்து தந்து, தமிழ் மொழிக்கும், சைவ சமயத்திற்கும் அளப்பரிய மிகப்பெரும் தொண்டினை செய்தார்.

கரையான் புற்றுகளால் செல்லரித்து அழியக்கூடிய நிலையில் இருந்த தேவாரங்களை எல்லாம் கண்டுபிடித்துத் தந்த பெருமை நம்பியாண்டார் நம்பிகளையே சாரும். நம்பியாண்டார் நம்பி இல்லையேல் திருமுறைகள் இன்று நமக்கு கிடைக்காத ஒரு பெருஞ்செல்வமாகப் போயிருக்கும். நம்பியாண்டார் நம்பி தேவார திருமுறைகளைக் கண்டு பிடித்ததோடு அல்லாமல், அவைகளை முறைப்படி திருமுறைகளாகத் தொகுத்து சைவ சமயத்திற்கும் தமிழுக்கும் மிகப் பெரும் தொண்டு செய்தவர். நம்பியாண்டார்நம்பி இல்லையேல் இன்று தேவாரமும் இல்லை. திருமுறைகளும் இல்லை. சைவ உலகம் என்றென்றைக்கும் ஆதிசைவராகிய நம்பியாண்டார் நம்பிகளுக்கு மிகவும் கடமைப்பட்டுள்ளது.

ஆகமங்களின் ஞானபாதமான சைவ சிந்தாந்த தத்துவத்தை 'சிவஞானசித்தியார்' எனும் நூலாகப் பாடி தமிழுக்கும், சைவ சமயத்திற்கும் தனிப்பெரும் தொண்டு செய்தவர் **'சகலாகம பண்டிதர்'** என்று அழைக்கப்படும் **அருள்நந்தி சிவாசாரியார்.**

சிவஞான சித்தியார் பெருமைக்கும் சிறப்புக்கும் அது பெற்ற 'ஆர்' என்ற அடைமொழியே போதுமானதாகும். சிவஞான சித்தியார் இல்லையேல் இன்று சைவ சித்தாந்த தத்துவத்தைத் புரிந்து கொள்வது கடினம். ஏனெனில் மெய்கண்டாரின் சிவஞானபோதம் சூத்திர வடிவில் சுருக்கமாக உள்ளதால், சைவசித்தாந்த தத்துவத்தை எளிமையாக அனைவரும் புரிந்துகொள்ளும்வகையில் பாடியுள்ளார். மேலும், அருள்நந்தி சிவாசாரியார் ஆகமத்திற்காகவே தோன்றிய ஆதிசைவ மரபில் அவதரித்தவர் என்பதாலும், சகலாகம பண்டிதர் என்பதாலும், ஆகம தத்துவங்களை மிகச்சிறந்த முறையில் சிவஞான சித்தியாரில் கூறியிருப்பார். எனவேதான், தருமை ஆதின குருமுதல்வர் குருஞானசம்பந்தர்.

'பார்விரித்த நூலெல்லாம் பார்த்தறியின் சித்தியிலே
ஓர் விருத்தப் பாதி போதும்' என்று பாடியுள்ளார்.

தாயுமானவ சுவாமிகள்,

'பாதிவிருத்தத்தால் இப்பார் முழுவதும் ஆக உண்மை
சாதித்தார் பொன்னடியைச் சாரும்நாள் எந்நாளோ?'

என்று சிவஞான சித்தியார் நூலை புகழ்ந்துரைப்பார்.

மேலும், பழமையான தமிழ் செய்யுள் பகுதி ஒன்று, தரமுயர்ந்த ஆறு தமிழ் நூல்களை வரிசைப்படுத்தி குறிப்பிட்டு, இவை தரமான தமிழ் நூல்கள் என்று புகழ்ந்து போற்றுகிறது. அப்பாடல் இதோ:

'வள்ளுவர்சீர் அன்பர்மொழி வாசகம் தொல்காப்பியமே
தெள்ளுபரி மேலழகர் செய்தவுரை - ஒன்றிய சீர்த்
தொண்டர் புராணம் **தொகுசித்தி** ஓராறும்
தண்டமிழின் மேலாம் தரம்'

இப்பாடலில் திருவள்ளுவரின் திருக்குறள், மாணிக்கவாசகரின் திருவாசகம், தொல்காப்பியம், பரிமேலழகர் செய்தஉரை, சேக்கிழார் பாடிய பெரிய புராணம் இவற்றோடு அருள்நந்தி சிவாசாரியார் பாடிய சிவஞான சித்தியாரையும் குறிப்பிட்டு புகழப்படுவதைக் காணமுடியும்.

சிவஞான சித்தியார் சாத்திரநூல் மட்டுமன்று. முழு அளவு இலக்கிய நூலாகவும் கொள்ளத்தக்கது. ஓரளவு தோத்திர நூலும் ஆகும். தொட்ட இடமெல்லாம் சாத்திரச் சிறப்போடு இலக்கியச் சிறப்பும் கமழும் என்பார்கள் தவத்திரு ஊரன் அடிகள் அவர்கள்.

சைவ சித்தாந்தக் கொள்கைகளில் தொண்ணூற்று ஐந்து விழுக்காடு சிவஞான சித்தியாரிலேயே உள்ளன. எனவேதான்,

'சிவனுக்கு மிஞ்சிய தெய்வமும் இல்லை
சித்தியார்க்குமிஞ்சிய சாத்திரமும் இல்லை' என்ற பழமொழி
ஏற்பட்டது.

இது ஒன்றே அருள்நந்தி சிவாசாரியாரின் பெருமையையும் அவர் செய்த தமிழ்த் தொண்டையும் பறை சாற்றும். இவ்வாறு போற்றப்படும் சிவஞான சித்தியார் எனும் அரிய நூல், 'பரபக்கம், சுபக்கம் என்ற இரு பகுதிகளைக் கொண்டது. அடுத்து அருள்நந்தியார் 'இருபா இருஃபது' என்ற சைவ சித்தாந்த நூலும் இயற்றியுள்ளார்.

சைவ சித்தாந்த தத்துவத்திற்கும், தமிழுக்கும் ஆதிசைவர் அருள்நந்தி சிவாசாரியார் செய்திருக்கும் தொண்டும், ஞானப் பேருதவியும் பெரிதும் போற்றுதற்குரியதாகும். அதேபோல், சான்றோருடைத்த தொண்டை நாட்டில் காஞ்சி குமரக்கோட்டத்தின் அர்ச்சகர் காளத்தியப்ப சிவாசாரியார் திருமகனாக அவதரித்தவர் கச்சியப்ப சிவாசாரியார். ஆதிசைவ மரபில் வந்த கச்சியப்ப சிவாசாரியாரால் பாடப் பெற்றது கந்தப்புராணமாகும்.

'கந்தர் புராணத்தில் இல்லாதது எந்தப் புராணத்திலும் இல்லை' - என்று பழமொழி எழும் அளவிற்கு பொருட்செறிவு கொண்டதாகவும், இலக்கிய வளம் செறிந்த நூலாகவும் பாடியுள்ளார் கச்சியப்ப சிவாசாரியார். **'கச்சியப்பன் செய்த கந்தபுராணக் கலைக்கடல்'** - என்ற வாக்கே கச்சியப்ப சிவாசாரியாரின் பெருமையை உணர்த்தும்.

'இனிய வடமொழி அமுதம் உண்டு தென்மொழி வாரம்
என்ற கடலைக் குடித்து ஓர்
இணையிலா உன்சரிதை கூறும் விலிகொண்டு, அன்பில்
ஏறும் ஒரு கச்சியப்பர்'

என்று ஸ்ரீமத் பாம்பன் சுவாமிகள் கச்சியப்ப சிவாசாரியாரை போற்றிப் புகழ்கின்றார்.

கந்தபுராணம் மொத்தம் ஆறுகாண்டங்களைக் கொண்டு 10,345 செய்யுள்களைக் கொண்டது. கச்சியப்ப சிவாசாரியார் கந்த புராணத்தை அரங்கேற்றி முடித்தபின், தொண்டை மண்டல வேளாளப் பிரபுக்கள் அவரை வணங்கி, தந்தப் பல்லக்கில் ஏற்றி ஊர்வலமாக அழைத்துச் சென்று பெருமைப்படுத்தினர் என்பதை,

'அந்தப்புரமும் அறுநான்கு
கோட்டத் தாரும் ஒன்றாய்க்
கந்தப் புராணம் பதினா
யிரம் சொன்ன கச்சியப்பர்
தந்தப் பல்லக்குச் சிவிகையும்
தாங்கிஅச் சந்நிதிக்கே
வந்தப் புராணம் அரங்கேற்றி
னார்தொண்டை மண்டலமே'

என்ற **தொண்டை மண்டலச் சதகம்** பாடல் மூலம் அறிய முடிகிறது.

மேலும், அனைத்து சைவசமய விழாக்களிலும், திருக்கோயில் களிலும் சைவசமய பக்தர்களால் அன்போடு வாழ்த்துப் பாடலாக பாடப் பெற்றுவரும்,

'வான்முகில் வழாது பெய்க மலி வளம் சுரக்க மன்னன்
கோன் முறை அரசு செய்க குறைவு இலாது உயிர்கள் வாழ
நான்மறை அறங்கள் ஓங்க நற்றவம் வேள்வி மல்க
மேன்மைகொள் சைவ நீதி விளங்குக உலகம் எல்லாம்'

என்ற இப்பாடல் அருமையிலும் அருமையான வாழ்த்துப் பாடலாகும்.

தமிழின் இனிமையும், சைவ சமயத்தின் சிறப்பையும் எடுத்துக்கூறும் விதமாக, சைவ சமயத்திற்குக் கிடைத்த மணிமகுடமாக இந்த வாழ்த்துப்பாடல் விளங்குகின்றது. சைவ சமய அன்பர்கள் அனைவரையும் வசீகரித்து அன்போடு பாட வைக்கும் காரணம் ஒன்றே இதன் பெருமைக்கும், புகழுக்கும் சான்றாகும். இப்பாடல் ஒன்றே ஆதிசைவராகிய கச்சியப்ப சிவாசாரியாரின் வாக்கு வன்மைக்கும் தமிழ்த் தொண்டுக்கும் சிறந்த எடுத்துக் காட்டாகும்.

பெரிய புராணத்திற்கு முதல் நூலான திருத்தொண்டத் தொகையும், வகை நூலான திருத்தொண்டர் திருவந்தாதியை தந்தும், சைவ சமயத்திற்கும், தமிழ்மொழிக்கும் தோத்திரம் பாட ஸ்ரீ சுந்தரரையும், ஸ்ரீ நம்பியாண்டார் நம்பியையும், சாத்திரம் பாட ஸ்ரீ அருள்நந்தி சிவாசாரியாரையும், புராணம் பாட ஸ்ரீ கச்சியப்ப சிவாசாரியாரையும் தந்துள்ள சிறந்த புகழ்மிக்க மரபே ஆதிசைவ மரபாகும்.

ஆதிசைவர் மழவை மகாலிங்கையர் தமிழ்த் தொண்டு

19-ம் நூற்றாண்டின் முற்பகுதியில் வாழ்ந்த மிகப்பெரும் தமிழ் பண்டிதர் மழவை மகாலிங்கையர் ஆவார். அக்காலங்களில் மிகப்பெறும் தமிழ் வித்வானாக சென்னை பட்டினத்தில் சிறப்புற்று வாழ்ந்தவர். யாழ்ப்பாணம் ஆறுமுகநாவலர் அவர்கள், பார்சிவல் பாதிரியார் வேண்டுதலுக்கிணங்க பைபிளை தமிழில் மொழி பெயர்த்தார். அந்த மொழி பெயர்ப்பு சரியானதுதானா என்று பரிசோதித்துத் தேர்ந்தெடுக்கும் பொறுப்பை அன்றைய சென்னை கிருஸ்துவ சபை, மழவை மகாலிங்கையரிடம் ஒப்படைத்தது.

மழவை மகாலிங்கையர் ஆறுமுக நாவலரின் பைபிள் தமிழ்மொழி பெயர்ப்பை பரிசோதித்து, முற்றும் வாசித்தும், அதிலே பிழையில்லை யென்றும், வசன நடை நன்றாக இருக்கின்றது என்றும், இந்தப் பிரகாரம் அச்சிட்டு வெளியிடத் தகுதியானது என்றும் இவர் சான்றளித்த பின்பே மேற்படி சபையால் நாவலரின் மொழி பெயர்ப்பு ஏற்றுக்கொள்ளப்பட்டது.

ஆங்கிலேயர்களால் சென்னையில் ஆரம்பிக்கப்பட்ட முதல் கல்லூரி, சென்னை பிரசிடென்சி காலேஜ் (மாநிலக் கல்லூரி) ஆகும். இக்கல்லூரியில் முதல் தமிழ் பேராசிரியராக விளங்கியவர் மழவை மகாலிங்கையர் ஆவார். இவரை தமிழ்த் தாத்தா உ.வே.சா. அவர்கள் தமது நினைவு மஞ்சரி நூலில், 'பிரசிடென்சி காலேஜில் ஆரம்பத்தில் தமிழாசிரியராக இருந்தவர் மகாலிங்கையரென்பவர். அவர் ஆதிசைவர். மழவராயனேந்தலென்னும் ஊரினர். அக்காலத்தில் இந்நகரில்

(சென்னை) தமிழ் விஷயமாக எந்த நிகழ்ச்சி நடைபெற்றாலும் அவருடைய சம்பந்தம் இருக்கும்' - என்று புகழ்ந்து கூறுகிறார்.

மேலும், மகாவித்துவான் மீனாட்சி சுந்தரம் பிள்ளையவர்கள் தமது இளமைப் பருவத்தில் (கி.பி 1840 - 1842) சென்னை சென்றிருந்த பொழுது, சபாபதி முதலியார், திரு வேங்கடாசல முதலியார், திருவம்பலத் தின்னமுதம் பிள்ளையென்னும் மூவர் மூலமாக மழவை மகாலிங்கையரை சந்தித்ததையும், தமிழில் தமக்கிருந்த ஐயங்களைக் கேட்டுத் தெளிந்துக்கொண்டதாகவும், தமிழ்த் தாத்தா உ.வே.சா அவர்கள் தமது குருநாதரின் வரலாற்று நூலாகிய ஸ்ரீ மீனாட்சி சுந்தரம் பிள்ளை அவர்கள் சரித்திரத்தில் குறிப்பிட்டுள்ளார். அப்பகுதி வருமாறு,

'மழவை மகாலிங்கையரை அறியாதவர் யாவர்? மதுரைக்குக் கிழக்கேயுள்ள மழவராயனேந்தலென்பது அவர் ஊர். அப்பெயரின் மரூஉவே மழவையென்பது. மகாலிங்கையர் திருத்தணிகை விசாகப் பெருமாளையரிடத்தும், அவர் சகோதரர் சரவணப் பெருமாளை யரிடத்தும் தமிழ் நூல்களை முறையே பாடங்கேட்டவர். கேட்ட வற்றை ஆராய்ந்து தெளிந்தவர்.

கம்ப ராமாயணம், திருத்தணிகைப் புராணம் முதலிய பெருங்காப் பியங்களில் நல்ல பயிற்சி உள்ளவர். இலக்கண அறிவை விசேஷமாக பெற்றவர். அஞ்சாநெஞ்சினர். விரைந்து செய்யுள் செய்யும் ஆற்றலுடையவர், ஸங்கீத லோலர், சிநேக வாத்ஸல்ய சீலர், ஆதிசைவ குலதிலகர், தாண்டவராயத் தம்பிரானுக்கு உயிர்த் தோழர், பிற்காலத்தில் ஆறுமுகநாவலர் சென்னைக்கு வந்திருந்தபொழுது பலருடைய வேண்டுகோளுக்கு இணங்கி அவரெழுதிய பைபிள் தமிழ் வசன புத்தகத்தைப் பரிசோதித்தற்குத் தேர்ந்தெடுக்கப் பெற்றவர் என்று குறிப்பிட்டுள்ளார்.

மேலும் அந்நூலில்,

'பிள்ளையவர்கள் அக்காலங் தொடங்கி மகாலிங்கையரோடு பழகுதலை மிகுதியாக வைத்துக்கொண்டு அவரிடம் நன்னூல் விருத்தியுரை, காரிகையுரை, தண்டியலங்காரவுரை, நாற்கவிராச நம்பியகப்பொருளுரை முதலியவற்றிலும், பிறவற்றிலும், தமக்கிருந்த ஐயங்களைக் கேட்டுத் தெளிந்து அதுவரை தமக்கு அகப்படாமல் இருந்ததாகிய இலக்கணக் கொத்துரையையும் அவர்பால் பாடங்கேட்டனர்' - என்று குறிப்பிடுகின்றார்.

இத்தகைய மிகப்பெறும் புகழைப் பெற்று தமிழ் வித்வானாக விளங்கிய மழவை மகாலிங்கையர் ஓர் ஆதிசைவர் என்றும் ஆதிசைவ குலத்தில் தோன்றியவர் என்றும் தமிழ்த் தாத்தா உ.வே.சா குறிப்பிட்டுள்ளது ஆதிசைவர்களுக்கு மிகப் பெரும் பெருமையாகும்.

மழவை மகாலிங்கையர் சிறுவர்களுக்கு உபயோகமாகும்படி, வசன நடையில் ஓர் இலக்கண நூல் எழுதியுள்ளார். கி.பி. 1847 - ல் முதல்முதலாக 'தொல்காப்பியம் எழுத்ததிகாரம்', 'நச்சினார்க்கினியர் உரையை' பதிப்பித்துள்ளார். 'மழவை சிங்கார சதகம்' முதலிய பல தமிழ் நூல்களை இயற்றியுள்ளார். இவ்வாறு பல தமிழ்தொண்டு களை செய்துள்ளார்.

இவ்வாறு, ஆதிசைவர் மழவை மகாலிங்கையர் தமிழ்தொண்டினைப் போல, சைவமும் தமிழும் தழைக்க, முப்போது திருமேனி தீண்டும் ஆதிசைவ மரபில் தோன்றி, தமிழ்த் தொண்டும் சிவத்தொண்டும் செய்த ஆதிசைவர்களின் பெருமையை என்றென்றும் மறவாது போற்றுவோம்.

9. ஆதிசைவர்களின் வடமொழித் தொண்டு

ஆதிசைவர்களாகிய சிவாசாரியார்கள் சைவமும் தமிழும் தழைக்க தமிழ் தொண்டு செய்தது போன்று. வடமொழியில் சிவாகம கருத்துக் களையும், சைவ சித்தாந்த தத்துவங்களையும் விளக்கக்கூடிய பல நூல்களையும்கூட இயற்றியுள்ளனர்.

சிவாகமங்களின் சாரமாக சிவார்ச்சனா விதிகளைக் கூறும் பதினெட்டு பத்ததி நூல்களை 18 சிவாசாரியார்கள் வடமொழியில் இயற்றியுள்ளனர். இந்த பதினெட்டு பத்ததி நூல்களும் சிவாகமங்களின் தத்துவங்களை, கிரியைகளை, ஆச்சாரங்களை, நியமங்களை விளக்கும் நூல்களாக உள்ளன. இந்த பத்ததி நூல்கள் 'ஆகமங்களின் வழிநூல்கள்' என்று அழைக்கப்படுகின்றன.

இந்தப் பத்ததி ஆசிரியர்களின் பெயர்கள்: *1. ஸ்ரீ உக்ரஜ்யோதி சிவாசாரியார், 2. ஸ்ரீ சத்யோஜ்யோதி சிவாசாரியார், 3. ஸ்ரீ இராமகண்டர் சிவாசாரியார், 4. ஸ்ரீ வித்யாகண்டர் சிவாசாரியார், 5. ஸ்ரீ நாராயணகண்டர் சிவாசாரியார், 6. ஸ்ரீ விபூதிகண்டர் சிவாசாரியார், 7. ஸ்ரீ கண்டர் சிவாசாரியார், 8. ஸ்ரீ நீலகண்டர் சிவாசாரியார், 9. ஸ்ரீ சோமசம்பு சிவாசாரியார், 10. ஸ்ரீ ஈசான சம்பு சிவாசாரியார், 11. ஸ்ரீ ஹிருதய சிவாசாரியார், 12. ஸ்ரீ பிரம்ம சம்பு சிவாசாரியார், 13. ஸ்ரீ வைராக்கிய சிவாசாரியார், 14. ஸ்ரீ ஞான சம்பு சிவாசாரியார், 15) ஸ்ரீ திரிலோசன சிவாசாரியார், 16. ஸ்ரீ வருண சிவாசாரியார், 17. ஸ்ரீ ஈஸ்வர சிவாசாரியார், 18. ஸ்ரீ அகோர சிவாசாரியார் ஆகியோர் ஆவார்கள்.*

மூல ஆகமங்களில் உள்ள கிரியாபாதம் பகுதிகளை முறையாகத் தொகுத்து வரிசைப்படுத்தி எளியமுறையில் ஆகம விதிப்படி கிரியைகள் செய்யும்வண்ணம் இந்தப் பத்ததி நூல்கள் அமைந்துள்ளன. **'பத்ததி'** என்ற சொல்லுக்கு நூலாசிரியர் காண்பித்த வழி என்பது பொருளாகும். இன்று ஆலயங்களில் பூஜை செய்யும் பெரும்பாலான ஆதிசைவ சிவாசாரியார்களால், அதிகமாக நடைமுறையில் கையாளப்படும் பத்ததி ஸ்ரீ அகோர சிவாசாரியார் பத்ததியாகும்.

மேலும், சில சிவாசாரியார்கள், 'சோமசம்பு சிவாசாரியார் பத்ததி', 'வருணசிவாசாரியார் பத்ததி', 'ஈசான சிவாசாரியார் பத்ததி', 'வாமதேவசிவாசாரியார் பத்ததி' ஆகிய பத்ததிகளைக் கடைப்பிடித்து வருகின்றனர். இவற்றில், சோமசம்பு சிவாசாரியார் பத்ததி திருவாவடு துறை ஆதீனத்தில் பிரதானமாக கடைபிடிக்கப்பட்டு வருகின்றது.

ஸ்ரீ அகோர சிவாசாரியார்

ஸ்ரீ அகோர சிவாசாரியார் சோழதேசத்தில் ஆதிசைவ மரபில் அவதரித்தவர். சர்வாத்ம சம்பு சிவாசாரியாரிடம் சிவாகமங்களை பயின்றவர். வேதாந்த சாஸ்திரங்கள் உட்பட அனைத்து கலைகளை யும் கசடறப் பயின்று சிவாகமங்களில் வல்லவராகத் திகழ்ந்தார்.

ஸ்ரீ துர்வாஸ் முனிவரை உபாசித்து அவரை குருவாகக் கொண்டு சைவ சமயத்தின் தலைமைப் பீடமான சிதம்பரத்தில், ஸ்ரீ அனந்தேஸ்வரன் கோயிலுக்கு அருகில் திருமடம் ஸ்தாபித்து ஆகம நூல்கள் பலவற்றை இயற்றியும், பக்தர்களுக்கு சிவஞான உபதேசம் அளித்து அருள்புரிந்து வந்தார். மேற்படி திருமடத்தில்தான் 'அகோரசி வாசாரியார் பத்ததி' என்று அழைக்கப்படும். **'கிரியாக்கிரமத்யோதிகை'** என்ற நூல் இயற்றப்பட்டது. மேற்படி திருமடம், **ஸ்ரீ அகோர சிவாசாரியார் திருமடம்** என்று அழைக்கப்பட்டது. தற்போது சிதம்பரத்தில் அம்மடம் மேலமடம் என்று வழங்கி வருகிறது. சிவாசாரியார் ஒருவர் தலைவராக இருந்து ஆரம்பித்த இம்மடம் பின்பு ஸ்மார்த்த பிராமணர் ஒருவர் தலைமையில் இயங்கி வந்துள்ளது.

ஸ்ரீ அகோர சிவாசாரியார் ஆகமங்களுக்கு செய்த தொண்டினைப் போன்று வடமொழியில் பல சைவ சித்தாந்த நூல்களையும், பல ஆகமங்களுக்கு உரை நூல்களும் எழுதியுள்ளார். அந்நூல்கள் அனைத்தும் ஆகம கிரியைகளுக்கும், சைவ சமய சித்தாந்த தத்துவங்களை உணர்ந்து கொள்வதற்கும் பெரும் உதவியாக உள்ளன. அந்நூல்களாவன:

1.சர்வஞானோத்ர விருத்தி 2.ஸர்வ வித்யேசினி 3.தத்துவப் பிரகாசிகா விருத்தி 4.தத்வ ஸங்கிரஹ லகுகா 5.தத்வத்ரய நிர்ணய விருத்தி 6.ரத்ன த்ரயோல்லேகினி 7. போக காரிகா வியாக்யா 8.நாதகாரிகா வியாக்கியா 9.மிருகேந்திர விருத்தி தீபிகை 10. ஆச்சார்ய ஸாரம்

(காவியம்) 11. பாஷாண்டா பஜயம் (காவியம்) 12. பத்த பிரகாசம் 13. நாட்யாப்யுதயம் 14. கிரியாக்ரமத் யோதிகை என்பனவாகும்.

ஸ்ரீ அகோர சிவாசாரியாரின் காலம், 'சாலிவாஹன சகாப்தம் ஆயிரத் தென்பதில் என்னால் எழுதப் பெற்றது' என்றுள்ள அகோர சிவாசாரியாரின் வசனத்தாலேயே கி.பி. 1158 (சா.1080) என அறிய முடிகிறது.

அகோர சிவாசாரியர் சைவசித்தாந்த ஆசிரியர்களில் ஒருவரான உமாபதி சிவாசாரியாருக்கு முற்பட்டவர். இதை உமாபதி சிவாசாரியார், தமது பௌஷ்கர சம்ஹிதா பாஷ்யத்தில், அகோர சிவாசாரியாரின் 'மிருகேந்திர விருத்தி தீபிகை' எனும் நூலினை பிரமாணமாக கூறியுள்ளதன் மூலம் அறிய முடிகின்றது.

மேலும், ஞானபாதமாகிய பதி, பசு, பாசம் ஆகிய முப்பொருள் உண்மைகளை விளக்கும் சித்தாந்த நூல்களாக,

1.தத்துவப் பிரகாசிகை 2. தத்துவ சங்கிரகம் 3. தத்துவத்திரய நிர்ணயம் 4. இரத்தினத் திரயம் 5. போக காரிகை, 6. நாத காரிகை 7. மோட்ச காரிகை 8. பரமோட்ச நிராசகாரிகை -

என்ற எட்டு நூல்கள் ஸ்ரீ சத்யோஜாத சிவாசாரியார் உள்ளிட்ட சிவாசாரியார்களால் இயற்றப்பட்டன. இவை **அஷ்டப் பிரகரணம்** என்று அழைக்கப்பட்டன. சைவ சித்தாந்த தத்துவங்களை விளக்கும் மெய்கண்ட சாத்திரங்கள் பதினான்கு நூல்கள் தமிழில் இருப்பது போல், வடமொழியில் முப்பொருள் உண்மைகளை விளக்கும் ஆகமங்களின் ஞானபாத கருத்துக்களைக் கூறும் தத்துவ நூல்களாக மேற்படி இந்த எட்டு நூல்களும் உள்ளன.

சிவாகமங்கள் - முதல் நூல்கள் என்றும்
பத்ததி நூல்கள் - வழி நூல்கள் என்றும்
அஷ்ட பிரகரணம் நூல்கள் - சார்பு நூல்கள் என்றும்

அழைக்கப்பட்டு போற்றப்படுகின்றன.

சிவபெருமானால், அருளப்பட்ட முதல் நூல்கள், வழி நூல்கள், சார்பு நூல்கள் என அனைத்தும் ஆதிசைவர்களாகிய சிவாசாரியார்களால் இயற்றப்பட்டும், பாதுகாக்கப்பட்டும், கடைபிடிக்கப்பட்டும் வந்துள்ளன என்பதன் மூலம் ஆகமங்களுக்கும், சிவாசாரியார் களுக்கும் உள்ள பிணைப்பும் இங்கு உணரத் தக்கதாகும்.

ஸ்ரீ ஆறுமுக நாவலர், தமது சைவ வினாவிடை நூலில் அஷ்டப் பிரகரணம் என்ற எட்டு நூல்களையும் சிவாகமங்களின் சார்பு நூல்கள் என்று அழைக்கின்றார். திருவாவடுதுறை ஆதினம் இந்த எட்டு நூல்களையும் வெளியிட்டு சைவத் தொண்டு செய்துள்ளனர்.

இவையன்றி, ஆகமங்களின் சரியாபாதம், கிரியாபாதம், யோகபாதம், ஞானபாதம் ஆகியவற்றின் தத்துவங்களை எடுத்துக்கூறும் விதமாக, **ஸ்ரீ திரிலோசன சிவாசாரியாரால்** இயற்றப்பட்ட **சித்தாந்த ஸாராவளி** என்ற நூலும், **ஸ்ரீவேதஞானர்** என்பவரால் இயற்றப்பட்ட **சைவாகம பரிபாஷா மஞ்சரி** என்ற நூலும், காஞ்சிபுரம் **ஸ்ரீ ஞானசிவாசாரியாரின் சீடர் ஸ்ரீ பஞ்சாக்ஷர ஸ்வாமிகள்** இயற்றிய சைவபூஷணம் என்ற நூலும், **ஸ்ரீகண்டசிவாசாரியார்** இயற்றிய **சித்தாந்தரத்னாகரம்** என்ற நூலும், **ஸ்ரீ ஞானசிவாசாரியார்** இயற்றிய **சிவபூஜாஸ்தவம்** என்ற நூலும், ஆகமங்களின் ஞானப்பகுதியை முறைபடத் தொகுத்துத் தரும் **ஸ்ரீ உமாபதி சிவாசாரியாரின் சதரத்தின சங்கிரகம்** என்ற நூலும், போன்ற பல ஆகம சித்தாந்த நூல்களை சிவாசாரியார்கள் வடமொழியில் இயற்றியுள்ளனர்.

மேலும், திருநெல்வேலி மாவட்டம் ராஜவல்லிபுரத்தில் உள்ளது செப்பரை எனும் அழகிய ஊர். இது ஸ்ரீ நடராஜப் பெருமானின் ஐந்து சபைகளில் தாமிர சபை உள்ள பதியாகும். இங்கு செப்பரை எனும் அழகிய சைவ ஆகம மடம் ஒன்று உள்ளது. இந்த செப்பரை மடத்தில் கி.பி.1560-ம் ஆண்டு காலங்களில் சின்னப் பட்டமாக வீற்றிருந்தவர், செப்பரை கனகசபாபதி சிவாசாரியார் ஆவார். இவர், ஆகமம், சைவ சித்தாந்தம், தமிழ் மொழி வடமொழிகளில் வல்லமை பெற்றவராகத் திகழ்ந்தவர். இவரிடம், திருவாவடுதுறை ஆதினத்தைச் சார்ந்த வித்வான் இலக்கணக் கொத்து சுவாமிநாததேசிகர் என்பவர் வடமொழிப் பாடம் பயின்றார் என்பதை,

> ‘செப்பறைப் பதியின் வாழ்சிவத் துவிஜன்
> கனகசபாபதி கருதுவட நூற்கடல்
> தபோதனர் புகழும் சைவாதி ராசன்
> உபய பதங்களை உண்மையொடு பணிவாம்.’

(சிவத்துவிஜன் - ஆதிசைவ அந்தண சிவாசாரிய மரபு) - என்று தாம் பாடிய இலக்கணக் கொத்தின் பாயிரப் பாடலில் கூறியுள்ளார்.

இவ்வாறு, முப்பொழுதும் திருமேனி தீண்டும் ஆதிசைவ சிவாசாரியார்கள் கடந்த காலங்களில் இலக்கிய நூல்களை படைக்கும் அளவிற்கு தமிழ்மொழி, வடமொழி என்று இரு மொழிகளிலும் புலமை பெற்றிருந்தனர் என்ற செய்தியை இதனால் நாம் உணர்ந்து கொள்ளமுடிகிறது.

ஸ்ரீ நீலகண்ட சிவாசாரியார் வரலாறு

வியாசர் அருளிய ‘பிரம்மசூத்திரம்’ எனும் நூலுக்கு ஆதிசங்கரர், இராமானுஜர், மத்வர் போன்றோர் உரை எழுதியுள்ளனர். இதில் ஆதிசங்கரர் பிரம்ம சூத்திரத்திற்கு எழுதிய உரை, ‘அத்வைதம்’

என்றும், இராமானுஜர் பாஞ்சராத்திர ஆகமத்தின் வழி நின்று வைணவ மரபை அடிப்படையாகக் கொண்டு எழுதிய உரை, 'விசிட்டாத்துவிதம்' என்றும், மத்துவாச்சாரியார் பிரம்மசூத்திரத்திற்கு எழுதிய உரை, 'துவைதம்' என்றும் அழைக்கப்படுகின்றன.

ஆனால், ஆதிசங்கரர், இராமானுஜர், மத்வர் ஆகியோருக்கு முன்பே சிவாசாரியார் மரபில் வந்த ஸ்ரீநீலகண்ட சிவாசாரியார் என்பவர் பிரம்மசூத்திரத்திற்கு ஆகமங்களை பிரமாணமாகக் கொண்டு சைவ சமய தத்துவங்களை வெளிப்படுத்தும்வண்ணம் வடமொழியில் ஓர் உரை செய்துள்ளார். இவர் செய்த உரை, **'பிரம்மசூத்திர சிவாத்துவித சைவபாடியம்'** என்று அழைக்கப்படுகிறது.

இராமானுஜர், வைணவ மரபை, வைணவ ஆகமங்களை அடிப்படை யாகக் கொண்டு பிரம்மசூத்திரத்திற்கு வைணவ பாஷ்யமாக உரை செய்ததுபோல், ஸ்ரீ நீலகண்ட சிவாசாரியார் சைவ ஆகமங்களை பிரமாணமாகக் கொண்டு, சிவபரத்துவத்தை, சைவ சமய தத்துவ ஞானங்களையும் வெளிப்படுத்தும்வகையில் **சைவபரமாக சைவபாடியமாக** உரை செய்துள்ளார்.

இந்த நீலகண்ட பாஷ்யத்திற்கு இந்திய தேசத்தின் முதல் குடியரசு தலைவர், தத்துவ அறிஞர். டாக்டர் எஸ். ராதாகிருஷ்ணன் அவர்கள் ஓர் சிறந்த அணிந்துரை அளித்துள்ளார். ஸ்ரீ நீலகண்ட சிவாசாரியாரின் காலமும், வரலாறும் முழுமையாக அறிய முடியவில்லை. ஆதிசங்கரர், இராமானுஜர், மத்துவர் ஆகியோருக்கு இணையாக போற்றப்பட வேண்டியவர் நீலகண்ட சிவாசாரியார். எனினும் அவர் செய்த பாடியத்தின் பெருமையும், அவரது புகழும் வரலாற்றில் மறைக்கப் பட்டதாக உள்ளது.

ஸ்ரீ நீலகண்ட சிவாசாரியார் அருளிய சிவாத்துவித பாஷ்யத்திற்கு **ஸ்ரீஅப்பயதீட்சிதர் 'சிவார்க்கமணி தீபிகை'** என்ற ஓர் விளக்கவுரை முன்னூறு ஆண்டுகளுக்கு முன்பு எழுதியுள்ளார்.

ஸ்ரீ காசிவாசி செந்திநாதையர் அவர்கள், ஸ்ரீ நீலகண்ட சிவாசாரியாரின் சிவாத்துவித சைவ பாஷ்யத்தை தமிழில் மொழிபெயர்த்து முதன் முதலில் 1907ஆம் ஆண்டில் வெளியிட்டுள்ளார். அந்நூலை மறுபதிப்பாக 2005ஆம் ஆண்டில் சேக்கிழார் அடிப்பொடி தி.ந.இராமச்சந்திரன் அவர்கள் வெளியிட்டு சைவ சமய உலகத்திற்கு பெரும் உதவி செய்துள்ளார்.

ஸ்ரீ ஆதிசைவ சிவாசாரியார் பெருமக்கள் ஸ்ரீ நீலகண்ட சிவாசாரியாரின் பிரம்ம சூத்திர சிவாத்துவித சைவ பாஷ்யத்தை கண்டு, தெளிந்து உணர்ந்து, அதன் புகழை வெளிக்கொண்டு வருவதே ஸ்ரீ நீலகண்ட சிவாசாரியாருக்கு ஆதிசைவர்களும், சைவ சமய அன்பர்களும் செய்யும் மரியாதையாகும்.

10. ஆதிசைவர்களின் சிறப்பு பெயர்கள்

ஆதிசைவர்கள் சைவ சமய பக்தி இலக்கியங்களிலும், கல்வெட்டு களிலும் பல சிறப்பு பெயர்கள் கொண்டு அழைக்கப்படுகிறார்கள்.

1. **சிவவேதியர்** - சிவபெருமானை முழு முதற் கடவுளாக வழிபடும் வேதியன் என்பதால் சிவவேதியர் என்று பெயர்.

2. **ஆதிசைவர்** - இப்பூவுலகில் தோன்றிய முதல் சைவர் என்பதால் ஆதிசைவர் என்று பெயர்.

3. **குருக்கள்** - சைவர்களுக்கு ஆகமவிதிப்படி சிவதீக்ஷை அளித்து நல்வழிப்படுத்தும் குருமார்களாக விளங்குவதால் 'குருக்கள்' என்று பெயர்.

4. **சிவாசாரியார்** - சிவபெருமானால் அருளப்பட்ட ஆகமங்களை தெளிவுறக் கற்று, ஆகமவிதிப்படி விசேஷ பூஜைகளை சிவபிரானுக்குச் செய்யும் ஆச்சாரியார் என்பதால் 'சிவாசாரியார்' என்று பெயர்.

5. **சிவமறையோர்** - மறைகளாகிய வேத ஆகமங்களைக் கொண்டு சிவபிரானை அர்ச்சிப்பதால் 'சிவமறையோர்' என்று பெயர்.

6. **சைவஅந்தணர்** - சைவ சமய நெறியில் வாழும், சைவ சமய நெறிகளை கடைபிடிக்கும் அந்தணர் என்பதால் 'சைவஅந்தணர்' என்று பெயர்.

7. **பட்டர்** - பட்டன் என்றால் குரு என்று பொருள் 'ஆலநிழல் பட்டனே' என்பது திருமுறை வாக்கு. பட்டறிவு உடையவன். ஆகமங்களை தான் உணர்ந்தும் மற்றோர்க்கு தனது அனுபவ ஞானத்தினால் உணர்த்துவதால் 'பட்டன்' என்று பெயர்.

8. **தொழுகுலத்தோர்** - உலகநலன் பொருட்டும், பிறர் நலன் பொருட்டும் இறைவனை ஆலயத்தில் தொழுது வழிபாடு செய்பவர்கள் என்பதால் 'தொழூகுலத்தோர்' என்று பெயர். மேலும், ஆதிசைவர்கள் வழிவழியாக இறைவன் திருமேனியைத் தீண்டித் தொழூவதால் 'தொழுகுலத்தோர்' என்று அழைக்கப் பட்டனர்.

9. **நம்பியார்** - ஆதிசைவர்களின் மரபு பெயர். பூர்வீக குடிகள் என்பது இதன் பொருளாகும். நம்பி + ஆரூரர் = நம்பியாரூரர் என்பது சுந்தரரின் இயற் பெயர். நம்பியாண்டார் நம்பி என்பவற்றைக் காண்க.

10. **நாயனார்** - ஸ்ரீ சுந்தரமூர்த்தி ஸ்வாமிகள் மரபில் வந்தவர்கள் என்பதால் 'நாயனார்' என்று பெயர்.

11. **சிவப்பிராமணன்** - சிவபெருமானின் திருமுகத்தில் தோன்றிய பிராமணன். சிவபிரானை அர்ச்சித்து வழிபடும் பிராமணன் என்பதால் 'சிவப்பிராமணன்' என்று பெயர்.

12. **ஆகம அந்தணர்** - ஆகமங்களை பிரமாணமாகக் கொண்ட அந்தணர், ஆகமங்களை பிரதானமாகக் கற்கும் அந்தணர் என்பதால் 'ஆகம அந்தணர்' என்று பெயர்.

13. **கோயிற்பிராமணன்** - கோயில் பூஜையைத் தவிர்த்து வேறு எத்தொழிலும் செய்யாதவர் என்பதால் 'கோயிற்பிராமணன்' என்று பெயர்.

14. **உரிமையிற் தொழூவார்** - சிவபிரானிடம் ஆதிசைவர்களுக்கே முதல் உரிமை உள்ளதால் உரிமை கொண்டு வழிபடுவதன் காரணத்தால் 'உரிமையிற் தொழூவார்' என்று பெயர்.

15. **அகத்தடிமை அந்தணன்** - அகம் எனும் கருவறையில் பூஜை (அடிமை) புரியும் அந்தணன் என்பதால் 'அகத்தடிமை அந்தணன்' என்று பெயர்.

16. **அரன் மறையோர்** - அரனாகிய சிவபெருமானை வேத ஆகம மறைகளில் கூறியுள்ள விதிப்படி அர்ச்சிக்கும் மறையவர்கள் என்பதால் 'அரன் மறையோர்' என்று பெயர்.

17. **அணுக்கத்தொண்டர்** - சிவபெருமானுக்கு அணுக்கமாக நெருங்கி தொண்டு புரிவதால் 'அணுக்கத்தொண்டர்' என்று பெயர். ஆதிசைவர்களாகிய சிவாசாரியார்களை முதன்மையாகக் குறிக்கும் பெயர்.

18. **தேசிகர்** - தேசிகர் என்றால் குரு என்று பொருள். சைவ மரபில் தேசிகர் என்ற சொல் முதன்மையாக சிவாசாரியார்களைக் குறிக்கும்.

19. **மாகேஸ்வரர்கள்** - ஆதிசைவ அர்ச்சகர்களுக்கு 'மாகேஸ்வரர்கள்' என்று பெயர்

20. **ஆசாரியன்** - சைவ மரபில் ஆசாரியன் என்பது ஆகமம் அறிந்த ஆதிசைவ சிவாசாரியார்களைக் குறிக்கும் பெயர்.

பெரிய புராணத்தில் சேக்கிழார் பெருமான், ஆதிசைவ சிவாசாரியார் களை சிவவேதியர், சைவ அந்தணர், சிவமறையோர் என்று குறிப்ப தோடு அல்லாமல்,

ஆசிலந்தணர் - குற்றமிலா அந்தணர் என்றும்,

செல்வ மறையோர்- சிவனருளை முழுவதும் பெற்ற மறையவர்கள் என்றும்,

மாசிலாமறையோர் - சிவத்தூய்மை உடைய மறையவர்கள் என்றும்,

அன்பில் வரும் குல மறையோர் - சிவபிரானுக்கு அன்பினாலே வழி வழி அடிமை செய்யும் குலத்தாராகிய சிவவேதியர் என்றும் போற்றிப் புகழ்ந்துள்ளார்.

பொதுவாக சோழர்கால கல்வெட்டுகளில் சிவாசாரியார்களை 'சிவப்பிராமணர்கள்' என்று குறிப்பிட்டுள்ளனர். அர்ச்சகர்களை குறிக்கும் இடங்களில் பெரும்பாலும் நம்பி, பட்டர், பட்டஸ்ய என்று காணப்படுகிறது.

பாண்டிய மண்டலத்திலும், மதுரையைச் சார்ந்த சிவாசாரியார்களும் தம்மை ***'பட்டர்'*** என்று அழைத்துக் கொள்கிறார்கள். மற்றபடி தமிழகத்தில் உள்ள பெரும்பாலான ஆதிசைவர்களை, குருக்கள் என்றும், சிவாசாரியார்கள் என்றும் அழைக்கும் வழக்கம் உள்ளது.

ஸ்ரீ சுந்தரரின் ஆன்மார்த்த ஸ்தலமாகிய திருவாரூரில் ஸ்ரீ தியாகராஜரை பூஜிக்கும் ஆதிசைவர்கள் ***'நயனார்'*** என்றும் ***'பிரமராயர்'*** என்றும் அழைக்கப்படுகின்றனர்.

திருவாரூர் ஸ்ரீ சுந்தரரின் ஆன்மார்த்த தலம் என்பதாலும், திருவாரூர், ஸ்ரீ சுந்தரரின் தாயார் இசை ஞானியார் அவதரித்த தலம் என்பதாலும் (இதன் காரணமாகவே ஸ்ரீ சுந்தரருக்கு பிள்ளைத் திருநாமம் ஆரூரன்)

அங்கு பூஜிக்கும் ஆதிசைவர்கள் தாங்கள் சுந்தரர் மரபில் வந்தவர்கள் என்ற முறையில் நயனார் பட்டம் பெற்றுள்ளனர். நாயனார் என்பதே நயனார் என்று மருவியுள்ளது.

மேலும், தில்லை அந்தணர்களுக்கு சிதம்பரம் நடராஜர் ஆலயம் எவ்வாறு உரிமையுடையதாக உள்ளதோ, அதுபோல், ஆதிசைவர் களாகிய சிவாசாரியார்களுக்கு உரிமையுடைய கோயிலாக திருவாரூர் தியாகராஜர் கோயில் இருந்ததாகத் தெரிய வருகிறது. பூஜை முதல் பராக், கட்டியம், திருவாசல், சீர்பாதம், பொற்பண்டாரி என அனைத்துப் பணிகளையும் ஆதிசைவர்களே மேற்கொண்டதாகவும் தெரிய வருகிறது. (இதுபற்றி விரிவான ஆராய்ச்சிகள் தேவைப்படுகிறது)

இதே போன்று, திருச்சி மலைக்கோட்டை ஸ்ரீ தாயுமானவர் ஆலயத்தில் பூஜை செய்யும் ஆதிசைவர்கள் 'நம்பியார்' என்று அழைக்கப்படுகிறார்கள். திருவையாறு ஸ்ரீ ஐயாறப்பனை முப்பொழுதும் தீண்டி பூஜித்து வரும் ஆதிசைவர்களை 'காணி வட்டத்தார்' என்று அழைக்கும் மரபு பண்டைகாலத்தில் இருந்து வந்துள்ளது. இதுமட்டுமல்லாமல், ஒவ்வொரு பெரிய சிவாலயங் களிலும் அர்ச்சகம், ஸ்தானிகம் என்ற பெயரில் சிவாகம விதிப்படி பூஜைகளை ஆதிசைவர்கள் செய்து வருகிறார்கள்.

மேலும், ஆகமங்கள், ஒவ்வொரு சிவாலயத்திலும் ஐந்து நிலைகளில் ஆதிசைவர்களை நியமிக்கக் கூறுகிறது. இந்த ஐந்து ஆதிசைவர்களும் **பஞ்சாச்சாரியார்கள்** என அழைக்கப்படுகிறார்கள்.

1. ***ஆச்சாரியார்:*** ஆகமங்களை கற்றுணர்ந்து நைமித்திகம் அதாவது விசேஷ பூஜைகளைச் செய்பவர். இவரே சிவாசாரியார் ஆவார்.

2. ***அர்ச்சகர்:*** நித்ய பூஜைகளை மட்டும் செய்பவர்.

3. ***ஸாதகர்:*** ஆகமத்தில் கூறப்பட்டுள்ளபடி பூஜைக்கு வேண்டிய பொருள்களைச் சேர்த்து வைத்து உதவுபவர்.

4. ***அலங்கிருதர்:*** இறைவனுக்கு அலங்காரம் செய்பவர்.

5. ***வாசகர்:*** வேத ஆகமங்களை, திருமுறைகளை ஓதுபவர்.

இந்தமுறையில், ஆதிசைவர்களாகிய பஞ்சாச்சாரியர்களுக்கும் தொண்டினை சிவாகமம் வகுத்துள்ளது. இந்த, பஞ்சாசாரியார்கள் பற்றிய செய்தி கூறும் கல்வெட்டு ஒன்று திருவாரூர் ஸ்ரீதியாகராஜ ஸ்வாமி கோயில் 2ம் பிரகாரம் வடபுறச் சுவரில் உள்ளது. இக்கல்வெட்டை **மனுச்சரிதங்கண்ட கல்வெட்டு** என்பர். இதில்,

'ஸ்ரீகாரியம் சுப்பிரமங்கலமுடையான் மாதவன்
இரவியானமாலையை மூவேந்த வேளார்

விண்ணப்பத்தினால்' பதிபாதமூலப்பட்டுடை
பஞ்சாசாரிய தேவகன்மிகளுக்கும் கோயிலார்க்கும்...

- என்று கூறப்பட்டுள்ளது.

இதில் **'பதிபாதமூலம் பட்டுடை பஞ்சாசாரிய தேவகன்மிகள் என்போர், கோயிலில் அகம்படித்தொண்டு செய்து முப்போதும் திருமேனி தீண்டுதற்குரிய ஆதிசைவர்கள்** - என்று விளக்கம் அளிப்பார் பெரிய புராண அறிஞர் C.K.சுப்பிரமணியமுதலியார்.

மேற்படி, கல்வெட்டு இரண்டாம் குலோத்துங்க சோழனுடையது. காலம் கி.பி.1123 ஆகும்.

ஆதிசைவர்கள் ஆகமவிதிப்படி **சமய, விசேஷ தீக்ஷை** பெற்று அதன்படி அனுஷ்டானங்களை கடைபிடிப்போர் 'சிவம்' என்றும், உரிய காலத்தில் **நிர்வாண தீக்ஷை, ஆச்சாரிய அபிஷேகம்** பெற்று அதன்படி அனுஷ்டானங்களை கடைபிடிப்போர் சிவாசாரியார் என்றும் அழைக்கப்படுவார்கள்.

மேலும், ஆதிசைவர்களுக்கு 'குருக்கள்' என்ற பெயர் சிவாகமங்களை கற்றும், சிவாலய பூஜை செய்தும், சைவ சமய பக்தர்களுக்கு சிவதீக்ஷை அளிக்கும் சைவ குருமார்களாக விளங்கிய காரணத்தினால் வந்த காரணப்பெயரே அன்றி அதாவது, குருக்கள் என்பது பட்டமேயன்றி அது சாதி பெயர் இல்லை.

இவ்வாறு கோயில் பூஜை புரியும் ஆதிசைவர்களுக்கும், சைவ சமயத்திற்கும் சிவபெருமானுக்கும் உள்ள தொடர்பைச் சிறப்பித்துப் போற்றும்வகையில் கௌரவப்படுத்தி ஆதிசைவர்களை பல பெயர்களில் அழைக்கும் பழக்கம் பண்டை சைவ இலக்கியங்களிலும், தமிழகத்திலும் இருந்து வந்துள்ளதை நாம் அறிந்துகொள்ள முடியும். இதன்மூலம், பல பெயர்களில் ஆதிசைவர்கள் அழைக்கப் படுவதைக் கொண்டு ஆதிசைவர்களின் பெருமைகளையும், சிறப்பு களையும் நாம் உணர்ந்துகொள்ளலாம்.

தேசிகர்

தேசிகர் என்ற பெயர் ஆதிசைவர்களாகிய சிவாசாரியார்களை குறிக்கும் பெயராகும். இதனை வாயுசங்கிதை உத்தரபாகம் மூலம் அறிய முடியும்.

'சிவஹஸ்தம் ஸமர்ப்யாத சிஸோ ஸ்சிரஸி தேசிக
சிவபாவம் ஸமாபந்ந சிவாசார்ய்ய ந்தமாதிஸேத்'

11. திருமடங்களும் ஆதிசைவர்களும்

குருத்துவம், ஆச்சாரியத்துவம் ஆதிசைவருக்கே உரியது. ஆகமவிதிப்படி சிவதீக்ஷை அளிக்கும் உரிமை ஆதிசைவருக்கே உண்டு. குருவாக இருந்து சிவஞானம் அளிக்கும் காரணத்தால்தான் ஆதிசைவர்களுக்கு 'குருக்கள்' என்ற பெயர் ஏற்பட்டது. குருக்கள் என்ற பெயர் காரணத்தைக் கொண்டே ஆதிசைவர்களின் குருத்துவத்தை அறிய முடியும்.

கடந்த காலங்களில் சிவாலயத்திற்கு அருகே ஆதிசைவர்களாகிய சிவாசாரியார் இல்லம் இருக்கும். இவர்களின் இல்லம் ஒவ்வொன்றும் சைவ மடமாகவே விளங்கியது. பல சைவர்களுக்கும், சைவ குடும்பங்களுக்கும் குலகுருவாக இருந்து ஆகம உபதேசமும் சிவபக்தியையும் ஊட்டி வந்துள்ளார்கள்.

பெண்ணாகடத்தைச் சேர்ந்த மெய்கண்டாரின் தந்தை அச்சுத களப்பாளருக்கு, திருத்துறையூர் சைவ சித்தாந்த ஆசிரியர் அருள்நந்தி சிவாசாரியார் குலகுருவாக இருந்த வரலாற்றை நாம் இங்கும் சிந்தித்துப் பார்க்க வேண்டும். இதுபோன்று அக்காலத்தில் பல சைவ குடும்பங்களுக்கு, சைவ குருமார்களாக, குலகுருவாக இருந்து ஆதிசைவ சிவாசாரியார்கள் சிவ உபதேசம் செய்து வந்துள்ளார்கள்.

பதினெட்டு சைவ மடங்கள் என்பதே, சிவாசார்ய பெருமக்களுக்கு உரிய மடங்கள் என்பதும், அவர்களால் தோற்றுவிக்கப்பட்டவை என்பதும் வரலாற்று உண்மையாகும்.

'பதினெண் மடத்திற் பயிலு முதலிகளும்' - **திருவானைக்கா உலா**

'வெண்ணீற்று வண்டற் பதினெண் மடத்தாரும்' - **திருக்காளத்திநாதர் உலா**

'சைவமார்க்கப் பதினெண் மடத்தாரும்' - **திருப்பூவணநாதர் உலா**

போன்ற உலா நூல்களில் பதினென் மடங்களை பற்றிய குறிப்புகள் காணப்படுகின்றன.

மேற்கண்ட உலா நூல்களுக்கு அரும்பதவுரையெழுதிய தமிழ் தாத்தா உ.வே. சாமிநாதய்யர் அவர்கள் 'பதினெண் மடத்தார்' என்பது, சிவாகம பத்ததிகள் பதினெட்டும் இயற்றிய சிவாசாரியார்கள் பதினெண்மர் களுடைய பரம்பரையினர் என்றும், அந்த மரபில் வந்தவையே பதினெண் மடங்களாக குறிப்பிடப்பட்டுள்ளதாகக் கூறியுள்ளார்.

மேற்கண்ட செய்திகளை தமது 'சைவ ஆதினங்கள்' என்ற நூலில் எடுத்துக் காட்டியுள்ள தவத்திரு ஊரன் அடிகள், கீழ்க்கண்டவாறு விளக்கம் அளித்துள்ளார்.

'மேற்குறித்த உலாநூல்கள் மூன்றிலும் காலத்தால் முற்பட்டது, காளமேகப்புலவர் பாடிய திருஆனைக்கா உலாவாகும். காலம் பதினைந்தாம் நூற்றாண்டு. அக்காலத்தில் பதினெண் மடங்கள் என்பது பத்ததி ஆசிரியர் பதினென்மர் பரம்பரை மடங்களையே குறித்தது. சுத்த சைவ பதினெண் ஆதினங்கள் என்ற பட்டியலிற் காணப்பெறும் மடங்களிற் பல அக்காலத்தில் தோன்றவில்லை.

காளமேகப்புலவர் திருவானைக்கா உலா பாடிய பதினைந்தாம் நூற்றாண்டில் பதினெண்மடங்கள் என்றால் பத்ததிகள் செய்த சிவாசாரியார் பரம்பரை மடங்களே. பிற்காலத்தில் அவை இல்லாமல் போயின. பின்வந்தோர் அவை இன்னதென (பத்ததி ஆசிரியர் வழிவந்தவை என) அறியாத நிலையில் தம் காலத்தில் வழக்கிலுள்ள தமிழ்ச் சைவ மடங்கள் எனக் கருதினர். ஒரு நூலின்றி, மூன்று உலா நூல்களில் சைவ மடங்கள் பதினெட்டு எனக் கூறப்பெற்றுவிட்டதால் தம் காலத்திலுள்ள மடங்களிற் பதினெட்டைப் பட்டியலிட்டு விட்டனர்' என்கிறார்.

அதாவது, முதலில் சைவ மடங்கள் பதினெட்டு என்பது ஆகம பத்ததி நூல் இயற்றிய சிவாசாரியார்கள் மடங்களே என்பதும், இந்தப் பதினெட்டு ஆகம மடங்கள் காலப்போக்கில் மறைந்து, அழிந்து போன பின்பு, பின்வந்தோர், சைவ ஆதினங்கள் பதினெட்டு என்று இப்பொழுது கூறக்கூடிய திருவாவடுதுறை, தருமபுரம், திருப்பனந்தாள்,

மதுரை போன்ற ஆதீனங்களை சைவ மடங்கள் பதினெட்டு என்று பட்டியலிட்டனர் என்பது இதன்மூலம் தெரியவருகிறது. இதன் மூலம், மடங்கள் ஏற்படுத்தி முதன்முதலில் சைவமும் ஆகமமும் தழைக்க அரும்பணியாற்றிவர்கள் ஆதிசைவ சிவாசாரியார்களே என்பது தெளிவாகத் தெரிகிறது.

மேலும், இன்று, பதினெட்டு சைவ ஆதினங்கள் என்று வழக்கிலுள்ள பட்டியலில் உள்ள குன்றக்குடி ஆதினமும், சூரியனார் கோயில் ஆதீனமும் ஆதிசைவர்களாகிய சிவாசாரியார்களால் தோற்றுவிக்கப்பட்டது.

குன்றக்குடி ஆதினத்திற்கு, குன்றக்குடி திருவண்ணாமலை ஆதீனம் என்று பெயர். இந்த ஆதினம் முதலில் திருவண்ணாமலையில் தோற்றுவிக்கப்பட்டு, பின்னர் குன்றக்குடி வந்து நிலை பெற்றது.

குன்றக்குடி திருவண்ணாமலை ஆதீனத்தைத் தோற்றுவித்தவர், திருவண்ணாமலையில் வாழ்ந்து வந்த ஸ்ரீ தெய்வசிகாமணி சிவாசாரியார் ஆவார். இவர் ஆதிசைவ அந்தணர். சிவாசாரிய மரபினர். இல்லறத்தார். சைவ சித்தாந்த ஆசிரியர்களில் ஒருவராகிய அருள்நந்தி சிவாசாரியாரின் நேர் மாணாக்கராவார்.ஸ்ரீ தெய்வசிகாமணி சிவாசாரியாரே சைவ சமயம் தழைத்தோங்க குன்றக்குடி ஆதினத்தை தோற்றுவித்தவர்.

அதேபோல், சூரியனார் கோயில் ஆதினம் ஸ்கந்த பரம்பரை வாமதேவசந்தானம். அதாவது கந்த பெருமானிடம் உபதேசம் பெற்ற வாமதேவ மகரிஷியின் வழியில் வந்த **'ஸ்ரீ சிவாக்கிரயோகிகள்'** என்ற **ஸ்ரீ சிவக்கொழுந்து சிவாசாரியார்** என்பவரால் சூரியனார் கோயில் ஆதீனம் நிறுவப்பட்டது. இவர் ஓர் ஆதிசைவ அந்தணர்.

'சோழ தேசத்தில் மருதாந்த சோழபுரத்தில் அவதரித்தருளின சிவாக்கிரகயோகிகள் என்னும் சிவக்கொழுந்து சிவாசாரியாருக்கு' என்பது இவரைப் பற்றிய குறிப்பு, என்பார் தவத்திரு ஊரன் அடிகள்.

சிவ வழிபாடும், சிவாகமங்களும், சைவ சமயமும் தழைத்தோங்க ஆதிசைவ சிவாசாரியார்கள் பல மடங்களை நிறுவித் தொண்டு செய்து, மக்களுக்கு நன்முறையில் சிவஞானம் அளித்து நல்வழி காட்டியுள்ளார்கள். காலப்போக்கில் சிவாசார்ய மடங்கள் எல்லாம் அழிந்து போயின (அல்லது) வளர்ச்சி குன்றின. இதற்கான காரணம் தமிழகத்தின் இடைக்காலத்தில் ஏற்பட்ட மாற்று தேசத்து மன்னர்களின் ஊடுறுவல்களும், அரசியல் மாற்றங்களுமே ஆகும்.

மேலும், ஸ்ரீ அகோர சிவாசாரியார் தம்முடைய பத்ததி நூலில் மகோற்சவ விதிப் படலத்தில் பதினைந்து மடங்களின் பெயர்களைக் கூறியுள்ளார்.

1. கைலாச மடம் 2. பௌண்ரக மடம், 3. வலாக மடம் 4. கற்பகிராம மடம் 5. பதரீ மடம் 6. தேவதாருவன மடம் 7. கந்தர்ப்ப மடம் 8. உத்தராரண்யகம் மடம் 9. தக்ஷிணாரண்யகம் மடம் 10.கோவிதார மடம் 11. ஆமந்தக மடம், 12. மத்த மடம், 13. மாயூர மடம் 14. ரணபத்ர மடம் 15.சோழக மடம்

இந்த பதினைந்து ஆகம சைவ மடங்களும் சிவாசாரியார் தலைமையில் இயங்கி வந்துள்ளன.

மேற்கண்ட பத்ததி ஆசிரியராகிய ஸ்ரீ அகோர சிவாசாரியார் கி.பி. பதினோறாம் நூற்றாண்டில் சோழ மன்னர்கள் ஆட்சிக் காலத்தில் வாழ்ந்தவர். சிதம்பரம் ஸ்ரீ அனந்தேஸ்வரன் கோயில் அருகே திருமடம் ஒன்றை நிறுவினார். இதற்கு **'ஸ்ரீ அகோர சிவாசாரியார் மடம்'** என்று பெயர். இம்மடத்தில் துருவாச முனிவரின் திருவுருவம் அமைந்துள்ளது. இம்மடத்தில் வீற்றிருந்தே அகோர சிவாசாரியார் ஆகம உபதேசம் செய்தும், பல ஆகம நூல்களை இயற்றியதாகவும், **'சிதம்பரஸார'** என்ற நூலில் கூறப்பட்டிருக்கின்றது. இப்பொழுது இம்மடம் 'மேலமடம்' என்று அழைக்கப்படுகிறது. சிவாசாரிய மரபில் வந்த இம்மடம் கடந்த சில ஆண்டுகளுக்கு முன்புவரை ஸ்மார்த்த பிராமணர் தலைமையில் செயல்பட்டு வந்ததாகத் தெரியவருகிறது.

இன்றைக்கு, ஆதிசைவ சிவாசாரியார்கள் தலைமையில் இரண்டு திருமடங்களே வழிவழியாக இருந்து சைவப்பணியும், சிவப்பணியும் ஆற்றி வருகின்றன. அவை,

1. கூனம்பட்டி ஆதீனம் 2. சீர்காழி சட்டநாத சுவாமிகள் மடம்

கூனம்பட்டி ஆதீனம்:

கூனம்பட்டி மாணிக்கவாசகர் மடாலயத்தை நிறுவியவர் ஸ்ரீ மாணிக்கவாசகரின் சீடராகிய, அணுக்கத் தொண்டர் மாணிக்கப் பண்டிதர் என்பவர். இவர் சோழநாட்டு வாட்போக்கி என்னும் ரத்தினகிரியில் ஆதிசைவர் மரபில் தோன்றியவர். ரத்தினகிரிப் பெருமானை முப்பொழுதும் தீண்டி வழிபடும் பரம்பரையினர் கல்வி அறிவு ஒழுக்கங்களிலும், சிறப்புற்றும் வேத ஆகம சாஸ்திரங் களிலும், மந்திர சாஸ்திரங்களிலும் புலமை பெற்று விளங்கினார்.

இவர் மதுரை சென்று மீனாட்சி அம்மை சமேத சொக்கநாதப் பெருமானை வழிபட்டு வந்த நாளில், சமயக்குரவர் நால்வரில் ஒருவரான ஸ்ரீ மாணிக்கவாசகப் பெருமானை கண்டு தரிசித்து, கண்ணீர் ததும்ப அவரின் அணுக்கத்தொண்டராக தொண்டு செய்யும் பேறு பெற்றார். மாணிக்கவாசகப் பெருமானோடு பல தலங்களுக்கும் தலயாத்திரை செய்து வந்தார். இந்நிலையில் மாணிக்கவாசகர் சிவபெருமான் திருவடிகளில் மனம் பதித்தவராக, தில்லை

சிதம்பரத்தை வந்தடைந்தார். சிவகாமவல்லி உடனுறை நடராஜப் பெருமானை கண்டு தரிசித்த வேளையில், நிழல்போல் தன்னை விட்டுப் பிரியாமல் அணுக்க தொண்டராக விளங்கும் சீடர் மாணிக்கப் பண்டிதருக்கு ஞானதீக்ஷையும், ஞான உபதேசமும், சிவானந்த வெள்ளத்தினாலே ஞானாபிஷேகமும் செய்தருளினார். அவருக்கு மாணிக்கவாசர் என்ற தம்முடைய திருநாமத்தைச் சூட்டி அருளினார். பின்னர் மாணிக்கப் பண்டிதர் பூஜித்துவரும் ஸ்ரீ ராஜலிங்க மூர்த்தியோடு, தம் ஆன்மார்த்த மூர்த்தியாகிய மீனாட்சி சுந்தரேஸ்வரரையும் பூஜித்து வருமாறு அருள் செய்து, 'சைவ பரிபாலனம் செய்து வருவாயாக' என்று அருளாசி வழங்கி விடை கொடுத்தார்.

ஸ்ரீ மாணிக்கவாசகரின் திருவருள் பெற்ற மாணிக்க பண்டிதரே கூனம்பட்டி ஸ்ரீ மாணிக்கவாசக மடாலயத்தின் நிறுவனரும் குரு முதல்வரும் ஆவார். இவருடைய சந்தான பரம்பரையில் வந்து கொண்டிருப்பதுதான் கூனம்பட்டி ஆதீன குருபரம்பரையாகும்.

கூனம்பட்டி ஆதீனம், ஈரோடு மாவட்டம், விஜயமங்கலம் அருகில் உள்ளது. இந்த ஆதீனத்தின் குருபரம்பரை வாழையடி வாழையெனப் பெருகியது. இந்த ஆதீனத்தில் பீடமேறுபவர் தங்கள் பெயரோடு மாணிக்கவாசகர் என்ற குருநாமத்தை சேர்த்துக்கொள்வார்கள். மேலும் இந்த குருபரம்பரையில் வருபவர்களை 'மாணிக்க சாமி' என்று அழைக்கும் மரபும் உள்ளது.

இந்த ஆதீனத்தின் குருமகா சந்நிதானமாக விளங்கிய ஸ்ரீலஸ்ரீ ராஜலிங்க மாணிக்கவாச ஸ்வாமிகள் காலத்தில், சமண இளவரசனின் கூன் நிமிர்த்தி அருள் செய்த காரணத்தால் சுவாமிகள் தங்கிய திருமடம் பகுதி 'கூனம்பட்டி' எனப் பெயர் பெற்றது. கூன் நிமிர்ந்த இளவரசனுக்கு சுவாமிகள் மடாலயத்திலேயே திருமணம் செய்துவைத்தார்கள். அதுபற்றியே கூனம்பட்டிக்கு 'கல்யாணபுரி' என்ற பெயரும் வழங்குவதாயிற்று.

இந்த ஆதீனத்தின் ஐம்பத்தி ஐந்தாம் குருபீடமாக இருந்து அருளாட்சி புரிந்தவர் ஸ்ரீலஸ்ரீ சரவண மாணிக்கவாசக சுவாமிகள். இவர் சேக்கிழார் பெருமான் அருளிய பெரிய புராணத்தை தன் அனுபூதி ஞானத்தால் தமிழுலகமும், சைவ உலகமும் வியக்கும் வண்ணம் சொற்பொழிவு ஆற்றி வந்துள்ளார்கள். அதுகண்ட சிவநேய சான்றோர்கள் இவரை 'கோவை சேக்கிழார்' என்று அழைத்து பெருமைப் படுத்தினார்கள்.

கொங்கு தேசத்தில், பல சைவ அன்பர்களுக்கு ஆகமவிதிப்படி சிவதீக்ஷை அளித்து சிவஞான உபதேசம் செய்து சைவபரிபாலனமும், சிவபரிபாலனமும் செய்து வரும் திருக்கையிலாய பரம்பரை கல்யாணபுரி எனப்படும் கூனம்பட்டி ஆதீனத்தில் இப்பொழுது 57 ஆம்

பட்டத்தில் குருமஹா சந்நிதானமாக ஸ்ரீலஸ்ரீ ராஜலிங்க சரவண மாணிக்கவாசக சுவாமிகள் அமர்ந்து ஞானச்செங்கோலோச்சி செய்துவருகின்றார்கள்.

சீர்காழி சட்டநாத சுவாமிகள் மடம்

சீர்காழி ஸ்ரீ சட்டநாத சுவாமிகள் திருமடம் ஆதிசைவ சிவாசாரியாரை குருமுதல்வராகக் கொண்ட திருமடமாகும். இந்தத் திருமடம் முதலில் சீர்காழியில் இருந்து சைவ பணியும் சிவப்பணியும் ஆற்றி வந்தது. இருநூறு ஆண்டுகளுக்கு முன் சென்னை கோமாலீஸ்வரன் பேட்டையில் இந்தத் திருமடமானது வந்து நிலைபெற்றது. பல சைவ அன்பர்களும் பக்தர்களும் இம்மடம் வந்து குருஉபதேசமும் சிவஞானமும் பெற்றுச் செல்கிறார்கள். இந்தத் திருமடத்தின் ஆன்மார்த்த மூர்த்தியாக காமாட்சி அம்மன் உடனுறை அகத்தீஸ்வரர் ஸ்வாமி வீற்றிருந்து அருள்புரிகிறார்.

சட்டநாத ஸ்வாமி திருமடத்தின் குருமார்களில் ஒருவரான ஸ்ரீ சாம்பசிவ சிவாசாரியாரின் மனைவியார் பெரும் சித்தராக விளங்கியவர். ஸ்ரீ அனந்தம்மாள் என்பது இவரது இயற்பெயராகும். இந்த அம்மையார் ஸ்ரீ சக்ரபூஜை உபாசனை சிறப்பாகச் செய்துவந்ததால், 'ஸ்ரீ சக்கர அம்மாள்' என்று அழைக்கப்பட்டார். தமிழ்த் தென்றல் திரு.வி.க. அவர்கள், 'இந்த அம்மையார் பறக்கும் ஆற்றல் பெற்றிருந்ததாக' தம் நூலில் குறித்துள்ளார். இவருடைய ஜீவசமாதி திருவான்மியூரில் உள்ளது. பல சித்துகளைச் செய்து பக்தர்களுக்கு அருள்புரிந்த இவர் ஆதிசைவ சிவாசாரியார் மரபில் வந்த அம்மையார் ஆவார்.

இன்றும் சட்டநாத சுவாமிகள் திருமடம் பல சைவ அன்பர்களுக்கு சிவதீக்ஷை அளித்து சைவசமயம் வளரவும் சிவபக்தி பெருகவும் பல பணிகளை தொண்டினை சிறப்புற செய்து வருகின்றது.

காஞ்சிபுரத்தில் காலாண்டார் என்னும் பெயரில் தெரு ஒன்று உள்ளது. காலாண்டார்கள் எனப்படும் ஆதிசைவர்களின் மடம் ஒன்று இத்தெருவில் இருந்ததால் இப்பெயர் பெற்றதென்பர். 'இவர்கள் சிவவடிவமாகிய பைரவ மூர்த்தியை உபாசித்து வந்ததாகக் கூறப்படுகிறது. இவர்களுக்கு ஏகாம்பரேஸ்வரர், காமாட்சி அம்மன் ஆலயங்களில் கால்பங்கு (நான்கில் ஒரு பகுதி) ஆளுமை இருந்ததால் ***'காலாண்டார்கள்'*** என அழைக்கப்பட்டனர்' என்பர். 'இவர்களை வடமொழியில் 'சதுர்பாக மிராசுதாரர்கள்' என்று அழைக்கின்றனர்' என்று கூறுகிறார் சிவசுந்தரி பூசை.ச.ஆட்சிலிங்கம் அவர்கள்.

கொங்கு குல குருக்கள்

இதேபோல், தமிழகத்தில் கொங்கு நாட்டில் பல சைவ மடங்களை நிறுவி ஆதிசைவர்கள் சிவ பணியும் சைவ சமயத் தொண்டும்

செய்துவருகிறார்கள். ஆதிசைவ குருக்கள்கள் கொங்கு தேசத்தில் கொங்கு குடிமக்களுக்கும், பிற குடிமக்களுக்கும் குலகுருவாக வீற்றிருந்து பல தலைமுறைகளாக அவர்களின் குடும்பங்களின் நலன் கருதி சிவபூஜை, சிவ உபதேசம், செய்து அவர்களுக்கு நல்வழி காட்டி வந்துள்ளனர்.

'குருபீடம் உயர குடி உயரும்' என்ற வாக்கிற்கேற்ப கொங்கு தேசத்து மக்களும் அவர்களின் குல குருக்களை நன்கு ஆதரித்து வந்தனர். கொங்கு தேசத்து பூர்வ குடிகள் ஐம்பத்தோரு ஆதிசைவ ஆதினங்களை நிறுவினர். இந்த 51 ஆதினங்களும் குருகுலங்கள், குருமடாலயங்கள் என்று அழைக்கப்பட்டன. குலதெய்வத்தை வழிபடுவது போன்று தங்களின் குலகுருக்களையும் போற்றி வந்தனர். தெய்வம் குலகுருவின் மூலமே நன்மை அளிக்கும் என்ற நம்பிக்கை கொண்டனர்.

மேலும், தங்கள் குலகுருக்கள் திருமடம் அமைத்து இருந்த பகுதிகளை அய்யம்பாளையம், குருக்கள்பட்டி, குருக்கள்பாளையம் என்று குருவின் பெயரை நினைவுபடுத்தும் விதமாக ஊரின் பெயரை சூட்டிக் கொண்டார்கள். கொங்கர் கொங்குதேசம் வருகையிலேயே குருக்களையும் அழைத்து வந்தனர் என **கொங்கு காணிப்பட்டயம்** கூறுகின்றது.

ஆதிசைவ குருக்கள்கள் கொங்கு தேசத்தில் பல்வேறு குடிகளுக்கு குலகுருக்களாக இருந்து சைவசமய பரிபாலனம், சிவபரிபாலனம் செய்து வருகின்றார்கள். இவர்களின் சைவ மடங்கள் விபரம் வருமாறு:

கொங்கு நாட்டு ஆதிசைவ திருமடங்கள்

1. ஸ்ரீலஸ்ரீ சிவசமய பண்டித குருசுவாமிகள், சிவகிரி மடம்
2. ஸ்ரீமத் இம்முடி சிற்றம்பல குருசுவாமிகள், அருணகிரி அய்யம்பாளையம் மடம்
3. ஸ்ரீமத் நாயனார் தில்லைச் சிற்றம்பல குருசுவாமிகள், தாரமங்கலம் மடம், குருக்கள்பட்டி
4. ஸ்ரீமத் அழகிய தில்லைச் சிற்றம்பல குருசுவாமிகள், கல்லங்குளம் மடம், ராசிபுரம்
5. ஸ்ரீமத் கனகசபாபதி பண்டித குருசுவாமிகள், வள்ளியறச்சல் மடம், குருக்கள்பட்டி
6. ஸ்ரீமத் மீனாட்சி சைவபுரந்தர பண்டித குருசுவாமிகள், காடையூர் மடம்
7. ஸ்ரீமத் கனககிரி பண்டித குருசுவாமிகள், பட்டாலி மடம்
8. ஸ்ரீமத் கொடுமுடிப்பண்டித குருசுவாமிகள், கீரனூர் மடம்.

9. ஸ்ரீமத் ஒரு நான்கு வேதாந்த பண்டித குருசுவாமிகள், பாப்பினி மடம்

10. ஸ்ரீமத் பாலசக்தி சைவ சிகாமணி பண்டித குருசுவாமிகள், பரஞ்சேர்வழி மடம், ஆலாம்பாடி

11. ஸ்ரீமத் சந்திரசேகர பண்டித குருசுவாமிகள், வெள்ளக்கோயில் மடம், மயிலரங்கம்

12. ஸ்ரீமத் ஆலாலசுந்தர பண்டித குருசுவாமிகள், மருதுறை மடம், குறுக்குபாளையம்

13. ஸ்ரீமத் சைவசிகாமணி குலசேகர பண்டித குருசுவாமிகள், ஸ்ரீ முத்தூர் சந்தான மடம்

14. ஸ்ரீமத் கனகசபாபதி பண்டித குருசுவாமிகள், ஸ்ரீ கண்ணபுரம் மடம்.

15. ஸ்ரீமத் கொற்றனூர் சடைய பரமேஸ்வர பண்டித குருசுவாமிகள், இலக்கமநாயக்கன்பட்டி மடம்

16. ஸ்ரீமத் கனகசபாபதி பண்டித குருசுவாமிகள், பேரூர் மடம்.

17. ஸ்ரீமத் சுந்தர சென்னிகிரி பண்டித குருசுவாமிகள், பழனி கீரனூர் மடம்

18. ஸ்ரீமத் சிவசமய பண்டித குருசுவாமிகள், கீழ்சாத்தம்பூர் மடம்

19. ஸ்ரீமத் மார்கண்டேய பண்டித குருசுவாமிகள், இருகூர் மடம். (பால வெள்ளாளர் குலகுரு)

20. ஸ்ரீமத் மாணிக்கநாயக சந்திரசேகர பண்டித குருசுவாமிகள், கொடுமுடி மடம்

21. ஸ்ரீமத் ஆலாலசுந்தர ஹர்தன வாக்கிய புத்திர சந்தான குருசுவாமிகள், தென்சேரி மலை மடம்

22. ஸ்ரீமத் ராசமாணிக்க ஸ்ரீ ஆலாலசுந்தர பண்டித குருசுவாமிகள் வலையப்பாளையம் மடம். கருவனூர்

23. ஸ்ரீமத் ஞான சிவாச்சாரியார் குருசுவாமிகள், பேரூர் மேலை மடம்

24. ஸ்ரீமத் தியாகராஜ பண்டித குருசுவாமிகள், பல்லா கோயில் மடம்

25. ஸ்ரீமத் மூவேந்திர பண்டித குருசுவாமிகள், தோளூர் மடம், மொஞ்சனூர்.

26. ஸ்ரீமத் கல்யாண பசுபதி பண்டித குருசுவாமிகள், கருவூர் மடம், கரூர்

27. ஸ்ரீமத் சுந்தர வாகீச சென்னிகிரி பண்டித குருசுவாமிகள், பிடாரியூர் மடம்

28. ஸ்ரீமத் மூவேந்திர பண்டித குருசுவாமிகள், வெள்ளோடு மடம்

29. ஸ்ரீமத் நல்மணி வேதாந்த பண்டித குருசுவாமிகள், கத்தங்காணி மடம், முதலிபாளையம்

30. ஸ்ரீமத் ஆண்ட சிவசுப்ரமண்ய பண்டித குருசுவாமிகள், கருமாபுரம் மடம் (கொங்கு நாடார்கள் குலகுரு)

31. ஸ்ரீமத் ஆதிசைவ புரந்திர பண்டித குருசுவாமிகள், சாத்தம்பூர் மடம், ஊத்துக்குளி

32. ஸ்ரீமத் சிவராஜ பரமேஸ்வர பண்டித குருசுவாமிகள், மூலனூர் மடம்

33. ஸ்ரீமத் காவேரி பரமேஸ்வர பண்டித குருசுவாமிகள், மாம்பாடி மடம்

34. ஸ்ரீமத் உமாபதி பண்டித குருசுவாமிகள், நஞ்சை இடையார் மடம். (கொங்கு வேட்டுவர்கள் குலகுரு)

35. ஸ்ரீமத் இம்முடி சிற்றம்பல குருசுவாமிகள், நடத்தை மடம்

36. ஸ்ரீமத் ஆண்ட சிவசுப்ரமணிய பண்டித குருசுவாமிகள், பெருந்துறை சான்றோர் குலகுரு மடம்

37. ஸ்ரீமத் திருஞானசம்பந்த கண்ணுடைய வள்ளல் குருசுவாமிகள், வள்ளல் தலையூர் மடம்

38. ஸ்ரீமத் திருஞானசம்பந்த கண்ணுடைய வள்ளல் குருசுவாமிகள், வள்ளல் பழங்கரை மடம்

39. ஸ்ரீமத் திருஞானசம்பந்த கண்ணுடைய வள்ளல் குருசுவாமிகள், வள்ளல் மயில் ரங்கம் மடம்

40. ஸ்ரீமத் திருஞானசம்பந்த கண்ணுடைய வள்ளல் குருசுவாமிகள், வள்ளல் வடகரை மடம்

41. ஸ்ரீமத் ஆண்ட சிவசுப்ரமணிய பண்டித குருசுவாமிகள், ஏனாதிநாயனார் மடம், திருமுருகன் பூண்டி

42. ஸ்ரீமத் பராபர பண்டித குருசுவாமிகள், அலங்கியம் மடம்

43. ஸ்ரீமத் இம்முடி அகோர தர்ம சிவாச்சார்ய பண்டித குருசுவாமிகள், நெரிஞ்சிப்பேட்டை மடம்

44. ஸ்ரீமத் மெய்ஞான தேசிக பண்டித குருசுவாமிகள், சிறுகிணர் மடம்

45. ஸ்ரீமத் விஸ்வநாத சைவபுரந்தர பண்டித குருசுவாமிகள், பவித்ரம் மடம்

46. ஸ்ரீமத் உத்தம பண்டித குருசுவாமிகள், புலுவர் தீக்ஷாகுரு மடம்

47. ஸ்ரீமத் தேவேந்திரசைவ புரந்திரபண்டித குருசுவாமிகள், புகழூர்மடம்

48. ஸ்ரீமத் ஆலாலசுந்த பண்டித குருசுவாமிகள், செட்டிபாளையம் மடம்

49. ஸ்ரீமத் ஏழுகரைநாட்டு நம்பி சதாசிவ பண்டித குருசுவாமிகள், திருசெங்கோடு மடம்

50. ஸ்ரீமத் உத்தம பண்டித குருசுவாமிகள், காங்கேய மடம்

51. ஸ்ரீமத் நவரத்னநாயக பண்டித குருசுவாமிகள், பவானி திரு மடம்

52. ஸ்ரீமத் வீகீர்தீஸ்வர வேதாந்த பண்டித குருசுவாமிகள், திருவெஞ்சமாக்கூடல் மடம்

53. ஸ்ரீமத் ஆகம பண்டித குருசுவாமிகள், புத்தூர் மடம்

54. ஸ்ரீமத் சிவஞான பண்டித குருசுவாமிகள், கரையூர் மடம்

55. ஸ்ரீமத் குலோத்துங்க வேதநாயக பண்டித குருசுவாமிகள், திருச்செங்கோடு மடம்

மேற்கண்ட சைவ ஆதினங்கள் அக்காலங்களில் கொங்கு நாட்டில் சைவ சமயமும், பக்தி இயக்கமும் கிராமங்களில் சிறப்புற வளர்ந்திட தொண்டாற்றியுள்ளனர்.

சிவசம்ஸ்கார உடையராம் தன்மை ஆதிசைவர்களுக்கு ஜென்மத்திலேயே வந்ததாகும். குருக்கள், சிவாசாரியார் என்பவை ஆதிசைவர்க்கே உரிய பட்டமாகும். ஆதிசைவர்களுக்கே ஆச்சாரியாத்துவம் சொந்த நிதி ஆதிசைவர்கள் ஸ்வயம்புவாக ஆசாரிய புருஷர்கள் எனவேதான் ஆகம பிரமாணத்தாலும், உலக வழக்காலும் 'குருக்கள்' என அழைக்கப்பட்டு வருகின்றனர்.

குருவுக்குள்ள தர்மம் சிவபெருமானை காட்டுவது. அதன்படி, சைவ நன்மக்களுக்கு சிவதீக்ஷைகளை அவரவர் பக்குவத்திற்கு ஏற்றவாறு செய்து வைக்கும் ஆச்சார்ய அதிகாரம் ஆதிசைவர்களாகிய சிவாசாரியார்களுக்கு உள்ளது என்று ஆகமங்கள் கூறுகின்றன.

அந்த வகையில், ஆதிசைவ சிவாசாரியார்கள் கடந்த காலங்களில் பல சைவ மடங்களையும் ஆகம மடங்களையும் தோற்றுவித்து குலகுரு வாக, மடாதிபதிகளாக விளங்கி சைவ சமயத்தொண்டும் சிவப்பணியும் ஆற்றி வந்துள்ளார்கள் என்பதை இதன்மூலம் அறிய முடியும்.

12. மன்னர்களுக்கு ராஜகுருவாக ஆதிசைவர்கள்

பெருமைமிகு சிறப்பும் தனித்துவமும்மிக்க ஆதிசைவர்கள் தமிழ் அரசர்களாகிய முற்கால, பிற்கால சோழர்கள் ஆட்சிக் காலத்திலும், நாயன்மார்கள் காலமாகிய பல்லவர்கள் ஆட்சிக் காலத்திலும், பாண்டிய மன்னர்கள் ஆட்சியிலும் சீரும் சிறப்புடன் வாழ்ந்து வந்துள்ளார்கள். மேலும், அவர்கள் அரசர்களுக்கு ராஜகுருவாகவும் இருந்து ஆன்மிக வழி நடத்தியுள்ளனர்.

தமிழகத்தில் கற்களைக் கொண்டு கோயில் அமைக்கும் மரபு பல்லவர்கள் காலத்திலேயே தோன்றியது. முதலாம் பரமேஸ்வர வர்ம பல்லவனால் (கி.பி. 660 - 680) கூரம் எனும் சிற்றூரில் கட்டப் பட்ட கோயிலே முதற் கற்கோயிலாகும்: ‘அக்கோயிலில் பூஜை செய்ய ஸ்ரீஅனந்த சிவாசாரியார் என்பவரை பரமேஸ்வர வர்ம பல்லவன் நியமித்தான்’ என்ற கல்வெட்டு செய்தியும், ‘மூன்றாம் நந்தி வர்ம பல்லவன் ஆட்சிக் காலத்தில் (கி.பி. 826 - 849) திருவல்லம் சிவன் கோயிலில் பூஜை செய்ய சிவபிராமணர் இருந்தனர்’ என்ற கல்வெட்டு செய்தியும் ஆதிசைவர்களாகிய சிவாசாரியார்களின் தொன்மையை எடுத்துக் கூறும்.

மேலும், பல்லவர் காலத்து சிவாசாரியார்கள், பல்லவ அரசர்களுக்கு குருவாக இருந்து ஆகமங்களையும், ஆகமத்தின் ஞானபாதமாகிய

சைவ சித்தாந்த தத்துவங்களையும் உபதேசித்து பல்லவ அரசர்களை சிறந்த சிவபக்தர்களாக வழிநடத்தியுள்ளனர். எடுத்துக்காட்டாக, மேற்கூறிய பரமேஸ்வர வர்ம பல்லவன், ருத்திராட்சத்திலான சிவலிங்கத்தை மணிமுடியாக அணிந்து ஆட்சி செய்ததையும், அவனது சிவ பக்தியையும்,

> 'சிவனுக்கு மேல் தெய்வம் இல்லை.'
>
> 'சிவனை உள்ளன்புடன் வழிபடுபவன்' - போன்ற கல்வெட்டு செய்திகள் மூலம் அறியமுடிகிறது.

அதுபோலவே, ராஜசிம்ம பல்லவன் (கி.பி. 680 - 700) காஞ்சி கைலாசநாதர் கோயில் கல்வெட்டில் தன்னை 'ஆகமபிரியன்' என்றும், 'சங்கர பக்தன்', 'சைவ சித்தாந்த மார்கஹ:' அதாவது சைவ சித்தாந்தப்படி நடப்பவன் என்றும் கூறியுள்ளான் (சைவ உலகில் திருமந்திரத்திற்குப் பிறகு சைவ சித்தாந்தம் என்ற சொல் வருவது இந்த பல்லவ மன்னனுடைய கல்வெட்டிலேதான்). இம்மன்னனும் ருத்திராட்சத்திலான சிவலிங்கத்தை மணிமுடியாகத் தரித்து ஆட்சி செய்ததாக (சிவ சூடாமணி) கல்வெட்டுச் செய்தி கூறுகின்றது.

இவ்வாறு பல்லவ மன்னர்கள் சிவபெருமான்மீதும், சைவசித்தாந்த தத்துவத்தின்மீதும் பற்றுக்கொண்டு ஆட்சி புரிந்தமைக்குக் காரணம், அக்காலத்தில் வாழ்ந்த சிவாசாரிய பெருமக்களே என்பது மறுக்க முடியாத உண்மையாகும்.

மேலும், பிற்கால சோழ அரசர்களுக்கும் ராஜகுருவாக இருந்து சிவாசாரியார்கள் வழி நடத்தியுள்ளனர். தஞ்சை பெரிய கோயிலை எழுப்பிய சிவபாத சேகரனான ராஜராஜ சோழனுக்கு, **'ஈசான சிவபண்டித சிவாசாரியார்'** ராஜகுருவாக இருந்துள்ளார். கங்கை கொண்ட சோழன் என்று அழைக்கப்படும் ராஜேந்திரசோழனுக்கு **'சர்வசிவ பண்டித சிவாசாரியார்'** ராஜகுருவாக இருந்துள்ளார். விக்ரம சோழனுக்கு **'ஸ்ரீகண்ட சிவாசாரியாரும்'**, மூன்றாம் குலோத்துங்கனுக்கு **'ஈஸ்வர சிவாசாரியாரும்'** ராஜகுருவாக இருந்துள்ளார் என்பதை சோழர் கால கல்வெட்டுகள் மூலம் அறிய முடிகிறது.

மேலும் ராஜராஜ சோழன் எழுப்பிய தஞ்சை பெரிய கோயிலின் தலைமை அர்ச்சகர் **'பவனபிடாரன்'** என்ற சிவாசாரியார் என்பதும், அங்கு ஆதிசைவரை கொண்டு மகுடாகம விதிப்படி பூஜை செய்வித்தான் என்பதை,

> '.. பண்புமிகு
>
> **ஆதிசைவர்கள் நீடு மகுடாகமத்தில்** ஆரணத்தில்
>
> ஓது இசையில் செய்பூஜை உட்கொண்டு *(கன்னி 28)*

என்கிற **தஞ்சைப் பெருவுடையார் உலா** பாடல் மூலம் அறிய முடிகிறது.

மேலும், இரண்டாம் ராஜராஜசோழன் கும்பகோணம் அடுத்த தாராசுரத்தில் தான் எழுப்பிய சிவாலய கும்பாபிஷேகத்தில், பங்கேற்ற 108 சிவாசாரியார்களின் திரு உருவங்களை அவர்களின் ஊர் பெயரோடு அவ்வாலயத்தின் வடபுறச் திருச்சுற்றுமாளிகையில் படிமமாக செதுக்கி வைத்திருப்பதின் மூலம் சோழர்கள் ஆதிசைவ சிவாசாரியர்களை எந்த அளவிற்கு போற்றினார்கள் என்பதையும், உயர்வாக மதித்தார்கள் என்பதையும் தெரிந்துகொள்ளமுடியும்.

அதேபோல், மூன்றாம் குலோத்துங்க சோழனால் எழுப்பப்பட்ட திருபுவன வீரேஸ்சுரம் என்று அழைக்கப்படும் திருபுவனம் சிவன் கோயிலை தலைமையேற்று பிரதிஷ்டை (கும்பாபிஷேகம்) செய்தவர் 'ஈஸ்வர சிவாசாரியாரே' என்று **'பிற்கால சோழர் வரலாறு'** என்ற நூலில் கல்வெட்டு அறிஞர் சதாசிவ பண்டாரத்தார் கூறுகிறார்.

இவரே, 'சுவாமித்தேவர்' என்று அழைக்கப்பெற்றார் என்றும், சோழ அரசன் திருக்கடவூர் கோயிலுக்கு இருவரை அர்ச்சராக நியமித்த கட்டளையை இச்சுவாமித்தேவர் மாற்றி வேறு இருவரை நியமித்தார் என்றும் அதை அரசனும் ஏற்றுக்கொண்டான்' என்கிற செய்தி சொல்லும் கல்வெட்டு மூலம் இந்த ராஜகுருக்கள் சோழ அரசர்களிடம் பெற்றிருந்த செல்வாக்கை அறியலாம்' என்கிறார் **'சைவ சமய வளர்ச்சி'** எனும் நூலில் வரலாற்று அறிஞர் மா.இராசமாணிக்கனார்.

சோழர்கள் கோயில் சார்பான, சமயச் சார்பான நிறுவனங்களின் நிர்வாகத்தை தங்கள் குருக்கள்வசமே ஒப்படைத்திருந்தார்கள் என்று, 'தமிழக வரலாறும் மக்கள் பண்பாடும்' என்ற நூலில் வரலாற்று அறிஞர் கே.கே.பிள்ளை குறிப்பிட்டுள்ளார்.

சோழர்கள் ஆட்சிக் காலத்தில், ராஜகுருவாக வீற்றிருந்த சிவாசாரியார் கள் ஆலோசனைப்படியே ஆட்சி நடைபெற்று உள்ளது. அரசனுக்கு அறிவுரை கூறுவது, நல்ல செயல்கள் செய்ய முடிவெடுப்பது, முக்கியமான சமயப் பொறுப்புகளை வகிப்பது, ஆகிய சமய, சமூக பணிகளை சிவாசாரியார்கள் செய்து வந்துள்ளனர்.

சோழர்கள் ஆட்சிக் காலத்தில் சிவாசாரியார்கள் கோயில்களை தலைமையேற்று நிர்வாகம் செய்ததோடு அல்லாமல், சோழர்கள் காலத்தில் **அமிர்தகணத்தார்** என்ற கோயில் வாரியக் குழுவிலும் இடம் பெற்று இருந்துள்ளார்கள். சோழ மன்னர்கள் தங்கள் ஆட்சிக் காலத்தில் வேதம் படித்த பிராமணர்களுக்கு சதுர்வேதிமங்கலம் என்ற பெயரில் பல 'இறையிலி'கள் (இறையிலி என்றால்

கோயிலுக்குச் சொந்தமானது என்று பொருள். அப்படி கோயிலுக்குச் சொந்தமான நிலங்கள் பிராமணர்களுக்கு வழங்கப்பட்டால் அவ்விடங்கள் பிரம்மதேயம், சதுர்வேதிமங்கலம் என்று வழங்கப்படும்) அளித்தாலும், சோழர்கள் பரம்பரை சைவர்கள், மிகுந்த சிவபக்தி உடையவர்கள் என்பதால் ஆகம கல்விக்கும், ஆகம அந்தணர் களாகிய ஆதிசைவ சிவாசாரியார்களுக்குமே முன்னிலை தந்தும் தங்கள் குருவாக அமர்த்தியும், பெருமை படுத்தினார்கள். திருக்கோயில்கள் சம்மந்தமான அனைத்து நடைமுறைகளையும் அவர்கள் வசமே முழுவதுமாக ஒப்படைத்தார்கள்.

மேலும், சோழ அரசர்கள் வேதம் படித்த பிராமணர்களுக்கு வழங்கிய இறையிலிகளுக்கு பிரம்மதேயம் என்று பெயர். ஆனால், ஆதிசைவர்களாகிய அர்ச்சகர்களுக்கு வழங்கப்பட்ட இறையிலிகள் **'அர்ச்சனா போகம்'**- என்றும், ராஜகுருவாக வீற்றிருந்து வழிநடத்திய சிவாசாரியார்களுக்கு வழங்கப்பட்ட இறையிலிகள் **'ஆசாரிய போகம்'**- என்றும் கல்வெட்டுகளில் குறிப்பிடப் பட்டுள்ளது. மேலும், கோயிலில் பூஜை செயயும் ஆதிசைவ அர்ச்சகருக்கு வழங்கப் பட்ட நிலங்களுக்கு 'சிவபிராமணக் காணி' என்றும் கல்வெட்டுகளில் பொறிக்கப் பட்டுள்ளது.

சோழ மன்னர்கள் பரம்பரையாக சைவ சமயத்தைச் சார்ந்தவர்கள். மிகுந்த சிவபக்தி மிகுந்தவர்கள். இவ்வாறு சோழ அரசர்கள் சைவசமயப் பற்று உடையவர்களாகவும், சிவபக்தி மிகுந்தவர் களாகவும் விளங்க மேற்கண்ட சிவாசாரியார்களே காரணம் என்பது மறுக்க முடியாத உண்மையாகும். 'சோழ மன்னர்களின் ராஜ குருக்களால் சைவ சமயம் தமிழ்நாட்டில் நன்கு வளர்ச்சி பெற்றதென்றால் மிகையாகாது' என்று, 'சைவ சமய வளர்ச்சி' என்ற நூலில் குறிப்பிட்டுள்ளார் வரலாற்று அறிஞர் மா.இராசமாணிக்கனார்.

இவ்வாறு, ஆதிசைவர்களாகிய சிவாசாரிய பெருமக்கள் சோழ மன்னர்கள் ஆட்சிக் காலத்தில் சைவ சமயத்திற்கும், தமிழ் சமூகத்திற்கும் செய்த தொண்டு அளப்பரியதாகும்.

மூன்றாம் குலோத்துங்கசோழனின் ராஜகுரு ஸ்ரீ ஈஸ்வர சிவாசாரியார்

சோழ மன்னர்களின் வரலாற்றில் மிகவும் குறிப்பிடத்தக்க திறமை பெற்றுத் திகழ்ந்த மன்னர்களில் மூன்றாம் குலோத்துங்க சோழன் குறிப்பிடத்தக்கவர் ஆவார்.

கி.பி. 1178 முதல் 1218 வரை ஆட்சிபுரிந்த மூன்றாம் குலோத்துங்க சோழனின் ராஜகுருவாக வீற்றிருந்தவர் ஸ்ரீ ஈஸ்வர சிவாசாரியார்.

இவர் மூன்றாம் குலோத்துங்க சோழனால் கும்பகோணம் அருகே திருபுவனம் என்ற ஊரில் எழுப்பப்பட்ட திருக்கோயிலை தலைமை ஏற்று கும்பாபிஷேகம் (பிரதிஷ்டை) செய்தவர்.

தனது குரு ஸ்ரீ ஈஸ்வர சிவாசாரியார் மீது மிகுந்த பக்தியும், மதிப்பும் கொண்ட மூன்றாம் குலோத்துங்க சோழன் தனது குருவின் பெருமை களையும், அவர் திருபுவனம் திருக்கோயில் கும்பாபிஷேகத்தை செய்த சிறப்பையும் அக்கோயிலில் கல்வெட்டாக வடித்துள்ளார்.

அப்பகுதி வருமாறு,

'ஸ்ரீ கண்ட சம்பு தநயேத பதிர்ந் ருபாணாம்' என்று தொடங்கும் அக்கல்வெட்டின் பொருளாவது:

'ஸ்ரீ கண்ட சம்பு என்பவருடைய குமாரரும் தன்னுடைய குருவுமான ஸ்ரீ ஈஸ்வர சிவாசாரியார் என்னும் கோமேஸ்வரரைக் கொண்டு இவ்வுல கத்திற்கே அம்மையப்பராக விளங்கும் பரமேஸ்வரன் பார்வதி ஆகிய இருவரையும் மிகச்சிறந்த முறையில் பாண்டியாரி (குலோத்துங்க சோழன்) என்ற இவ்வரசன் பிரதிஷ்டை செய்வித்தான்.'

'ராஜகுருவான ஸ்ரீ ஈஸ்வர சிவாசாரியார் வித்துவான்களுள் சிறந்தவர். பதினெட்டு சிவபுராணங்களையும் தெளிவாக அறிந்தவர். சிவபெருமானின் உயர்வைச் சொல்லும் உபநிடதங்களை விரிவாகச் சொல்பவர். சைவ தர்சனத்தை (ஆகமங்களை) கரைகண்டவர். **சித்தாந்த ரத்னாகரம்** என்னும் ஆகம சித்தாந்த நூலை இயற்றியவர். யாரோ அவரது குணத்தை தேடி அடைய முடியும்?' - என்று, தனது குருவின் பெருமைகளை புகழ்ந்து கல்வெட்டில் வடித்துள்ளான்.

மேலும், மூன்றாம் குலோத்துங்க சோழனால் எழுப்பப்பட்ட திருவாரூர் ஸ்ரீ தியாகராஜர் ஆலய கிழக்கு இராஜ கோபுரத்திற்கு மகா கும்பாபிஷேக பிரதிஷ்டை (கடவுண் மங்கலம்) செய்தவரும் இந்த சைவச் செம்மலாகிய ஸ்ரீ ஈஸ்வர சிவாசாரியாரே ஆவார்.

இந்த கிழக்கு இராஜகோபுர கோஷ்டத்தில் தனது சிற்பத்தையும், தனது குரு ஸ்ரீ ஈஸ்வர சிவாசாரியார் சிற்பத்தையும் வடித்து, தானும் தனது குருவும் ஆரூர் பெருமானை என்றென்றும் வணங்கும் கோலத்தில் மூன்றாம் குலோத்துங்க சோழன் நிறுவியுள்ள அமைப்பு குலோத்துங்க சோழன் தனது குருவின் மீது வைத்துள்ள அன்பையும், மரியாதையும் வெளிப்படுத்துவது ஆகும்.

13. சிவபெருமான் சைவ சமயத்தின் அரும்பெரும் செயல்களை, தொண்டுகளை ஆதிசைவர்களையே கொண்டு செய்தல்

சைவ சமயத்தின் தனிப்பெரும் முதல்வனாகிய சிவபெருமான், தனது திருமுகத்தில் இருந்து தோற்றுவித்த ஆகமங்களையும், அந்த ஆகமவிதிப்படி சிவபூஜைகள் நடைபெறும் பொருட்டு தனது ஐந்து திருமுகங்களில் இருந்து ஆதிசைவர்களாகிய சிவாசாரியார் மரபை தோற்றுவித்து, வழி வழி அடிமைகளாகிய அந்த ஆதிசைவர்களைக் கொண்டே சைவ சமயத்தின் அரும்பெரும் செயல்களை தொண்டுகளைச் செய்வித்தார்.

> 'எண்ணில் ஆகமம் இயம்பிய இறைவர் தாம் விரும்பும்
> உண்மையாவது பூசனை என உரைத்தருள.'

என்ற திருவாக்குக்கு இணங்க சிவபெருமானுக்கு விருப்பமான பூஜையும், அதைச் செய்வதற்கான ஆகமங்களையும் முதன் முதலில் ஆதிசைவர்களுக்கே உபதேசம் செய்து ஆகமங்களையும், சிவபூஜையும் பாதுகாத்து வரும் அரும் பெரும் பணியையும் ஆதிசைவர்களிடமே ஒப்படைத்தார்.

அத்துடன் இப்பூவுலகில் தனக்கு அடுத்த நிலையில் வீற்றிருந்து, சைவ பரிபாலனம், சிவ பரிபாலனம், செய்து, சைவ சமயத்தின்

தலைமகனாக சிவபெருமைகளைப் பறைசாற்றும் உரிமையையும், கடமையையும்கூட ஆதிசைவர்களிடமே அளித்தவர், சிவாலயங் களில் தமது லிங்கத் திருமேனியை முப்பொழுதும் தீண்டி ஆகம விதிப்படி பூஜை செய்யும் உரிமையையும் ஆதிசைவர்களுக்கே தந்து திருவருள் செய்தார்.

இதன் உட்பொருள் யாதெனில், தனது வழிவழி அடிமைகளாகிய ஆதிசைவர்கள் தமது அருகிலேயே இருக்கவேண்டும் என்ற சிவபெருமானின் விருப்பத்தை இங்கு காண முடியும்.

திருக்கயிலையில் தனக்கு அணுக்கத் தொண்டராக இருந்த ஸ்ரீ ஆலாலசுந்தரரை பூவுலகிலும் தனக்கு அணுக்கத் தொண்டராக இருந்து அகம்படித்தொண்டு புரியும் ஆதிசைவ குலத்தில் அவதரிக்கச் செய்த திருவருள் இங்கு குறிப்பிடத்தக்கதாகும். நம்பியாரூரர் திருக்கைலையில் ஆலால சுந்தரராக சிவபிரானுக்கு அருகிலேயே திருநீற்றுமடல் ஏந்திநிற்பார் என்பதும், இங்கு பூலோகத்தில் சிவாலயங்களில் அவர் மரபில் வந்த ஆதிசைவர்கள் விபூதி மடல்கொண்டு பக்தர்களுக்கு திருநீறு அளிப்பதும் சிந்திக்கத்தக்கது.

பெரிய புராணம் தடுத்தாட்கொண்ட புராணத்தில் வரும்,

> ‘அருமறை நாவல் ஆதிசைவன் ஆரூரன் செய்கை
> பெருமுனி வெண்ணெய் நல்லூர்ப் பித்தனுக்கு யானும் என்பால்
> வருமுறை மரபு ளோரும் வழித்தொண்டு செய்தற் கோலை
> இருமையால் எழுதி நேர்ந்தேன் இதற்கிவை என் எழுத்து.’

என்று சிவபெருமானால் காண்பிக்கப்பட்ட ஓலைச்சுவடியில் உள்ள வாசகமாகிய **‘பித்தனாகிய சிவபெருமானுக்கு நானும் என் வழி வழி மரபிலே வருபவர்களும் வழிவழியாய்த் திருத்தொண்டுசெய்து வரும் அடிமையாவோம்’** என்று ஸ்ரீசுந்தரரின் பாட்டனாராகிய ஆரூரன் அவர்கள் கூறியுள்ள வாக்கு அவர் மரபிற்கு மட்டும் பொருந்துவது அல்ல. **அனைத்து ஆதிசைவ சிவாசாரியார்களின் மரபுக்கும் இது பொருந்துவதாகும்.** முக்கியமாக ஆதிசைவர்கள் இவ்வாக்கை ஆழ்ந்து சிந்தித்தல் வேண்டும். ஏனெனில் இதன் காரணமாக, இக்காலத்திலும் பெரும்பான்மையான ஆதிசைவர்கள் வேறு பணி செய்யாமலும் சிவபூஜையே மரபு பணியாக, தொண்டாக செய்து வருதலை எண்ணி பார்க்கவேண்டும்.

இன்றும் பல ஆதிசைவ குடும்பங்களில் பலரும் பல தொழில்கள் செய்ய முயற்சித்தபொழுதும் அன்று ஸ்ரீசுந்தரர் வாழ்வில் வேதியனாக வந்து ஆட்கொண்டதுபோல் அல்லாமல் இன்று, தனது திருவருள்

மூலம் ஆட்கொண்டு இவர்களை சிவபூஜை தொண்டில் ஈடுபடுத்தும் திருவருளை கண்கூடாகக் காணமுடியும்.

ஆதிசைவர்களுக்கும் சிவபெருமானுக்கும் உள்ள பந்தம் வார்த்தை களுக்கும், சிந்தனைகளுக்கும் அப்பாற்பட்டது. எனவே, ஆதிசைவ மரபைச் சார்ந்தவர்கள் வழிவழியாக வாழையடி வாழையாக தனக்கு அடிமைகள் என்று வலிந்து ஆட்கொண்டு திருவருள் செய்தார்.

இவ்வாறு, சிவபெருமான் ஆதிசைவ மரபை வலிந்து ஆட்கொண்டு செய்த விதம், செய்யும் விதம் வேறு எந்த மரபுக்கும் கிடைக்காத அரும்பெரும் பாக்கியமாகும். இது ஆதிசைவ மரபின்மீது சிவபெருமான் கொண்ட பற்றை, அன்பை, விருப்பத்தைக் காண முடியும். ஆகமம், சிவபூஜைக்கு அடுத்து, அடியவர்களின் உள்ளத்தில் என்றும் நீங்காது வீற்றிருப்பவன் சிவபெருமான். தொண்டர்தம் உள்ளத்து அடக்கம் என்ற திருவாக்கிற்கிணங்க, அடியவருக்கு செய்யும் பூஜையே ஆண்டவனுக்குச் செய்யும் பூஜையாகக்கொண்டு மகிழ்பவன். அத்தகைய சிறந்த அடியவர்களாகிய அறுபத்து மூன்று நாயன்மார்களின் பெருமைகளையும் புகழையும் இவ்வுலகம் அறியும் வண்ணம் தம்மை முப்பொழுதும் திருமேனி தீண்டி வழிபடும் ஆதிசைவ மரபில் அவதரித்த ஸ்ரீ சுந்தரமூர்த்தி சுவாமிகளைக் கொண்டே அடியவர்களின் பெருமையைக் கூறும் திருத் தொண்டத் தொகை பாடியருள திருவருள் செய்தார்.

மேலும் சைவ சமயத்தின் பெரும் செல்வமாக விளங்குபவை திருஞானசம்பந்தர், திருநாவுக்கரசர், சுந்தரர் பாடியருளிய தேவார திருமுறைகள்

'கண்டபெருமந்திரமே மூவர் பாடல்'

என்று வாக்கிற்கேற்ப மந்திர ஆற்றலுடைய தேவாரப் பதிகங்கள் தில்லை சிதம்பரத்தில், கரையான் புற்றால் மூடப்பட்டு செல்லரிக்கும் நிலையில் இருந்த தமிழ் பாக்கள் கொண்ட ஓலைச்சுவடிகளைக் கண்டெடுத்துத் தரும் சைவ சமயத்தின் அரும்பெரும் செயலை, தொண்டினைத் தம்மை முப்பொழுதும் திருமேனி தீண்டி வழிபடும் ஆதிசைவ மரபில் அவதரித்த நம்பியாண்டார் நம்பி மூலம் செய்த திருவருள் காணத்தக்கது.

கரையான் புற்றில் அழியும் நிலையில் இருந்த தேவாரப் பாக்களை தமக்கு இனிய ஆதிசைவ மரபில் வந்த நம்பியாண்டார் நம்பி மூலம் கண்டெடுத்துத் தந்தது மட்டுமல்லாமல், மூவர் பாடிய தேவாரங் களையும், மற்றும் உள்ள அருளாளர்கள் பாடிய பாடல்களையும் திருமுறைகளாகத் தொகுத்துத் தந்திடும் சைவ சமயத்தின்

அரும்பெரும் தொண்டினையும், மேலும், அந்த தேவார திருமுறை களுக்கு திருநீலகண்டப்பெரும்பாணர் மரபிலே வந்த பெண்ணொருத்தி மூலம் பண் இசை அமைக்கும் சைவ சமயத்தின் அரும்பெரும் செயலையும் தமக்கு வழி வழி அடிமை செய்யும் ஆதிசைவ மரபில் அவதரித்த நம்பியாண்டார் நம்பி மூலம் சிவபெருமான் செய்த திருவருள் உணரத்தக்கது.

மேலும், தனக்கு இனிய அடியவர்களாகிய அறுபத்து மூன்று நாயன்மார்களின் புகழை பெருமைகளை ஓர் ஆதிசைவரைக் கொண்டு பாடினால் போதாது என்று எண்ணிய சிவபெருமான் தம்மை முப்பொழுதும் திருமேனி தீண்டி வழிபடும் மரபில் வந்த ஆதிசைவராகிய நம்பியாண்டார் நம்பி மூலம் **திருத்தொண்டர் திருவந்தாதி** பாடச் செய்த திருவருள் சிந்திக்கத்தக்கது.

மேலும், **சைவ சமயத்தின் இருகண்களாக விளங்குபவை தோத்திரமும், சாத்திரமும்** ஆகும்.

தோத்திரம் என்பவை பன்னிரு திருமுறைகள். சாத்திரம் என்பவை பதினான்கு சைவ சித்தாந்த நூல்கள். இவற்றுள், நாயன்மார்களை இவ்வுலகிற்கு அடையாளம் காட்டியது, தேவாரம் பாடி அருளியது, தேவாரப் பாடல்களைக் கண்டெடுத்துத் தந்தது, திருமுறைகளாகத் தொகுத்து இசைபண் அமைந்திட உறுதுணையாக இருந்தது, ஆகிய அரும்பெரும் செயல்களை, தொண்டுகளை தோத்திரத்திற்கான சைவ சமயத்தின் முக்கிய பணிகளை தனது வழிவழி அடிமைகளாகிய ஆதிசைவர்கள் மூலமே சிவபெருமான் செய்து கொண்டது போன்று, ஆகமங்களின் ஞானபாதமாகிய சைவ சித்தாந்தத் தத்துவங்களைக் கூறும் சாத்திர நூல்களை பாடி அருளவும் சிவபெருமான் ஆதிசைவர் களையே மூலமாகக் கொண்டார்.

சைவ சித்தாந்த சாத்திர நூல்களில் முதன்மையானது சிவஞான போதம். இந்த சிவஞான போதத்தை அருளிச் செய்த மெய்கண்டார் அவதரிக்க திருக்காரணமாக விளங்கியவர் ஆதிசைவராகிய அருள்நந்தி சிவாசாரியார். சிவபெருமான் தம்மை முப்பொழுதும் திருமேனி தீண்டும் வழிபடும் ஆதிசைவ மரபில் வந்த அருள்நந்தி சிவாசாரியார் என்ற குருமூலமே குரு உபதேச வழிகாட்டுதலே மெய்கண்டார் அவதரிக்கவும் அவர் மூலம் சிவஞானபோத நூல் தோன்றவும் காரணமானது.

சைவ சமயத்தின் இந்த அரும்பெரும் செயலை ஆதிசைவ குரு மூலம் செய்த இறைவனின் திருவருள் சிந்திக்கத்தக்கது. மேலும், பார் புகழ் போற்றும் அளவில் ஆகமங்களின் ஞானபாதமாகிய சைவ சித்தாந்த

தத்துவம் இவ்வுலகில் போற்றப்பட வேண்டும் எனில் ஆகமம் அறிந்த ஒருவர் மூலம், ஆன்மாக்கள் எளிதில் உணரும் வகையிலும், கற்போர்க்கு இன்பம் தருவதாகவும், இனிய ஓசையுடன் அமைந்த பாடல்களாகவும் இயற்றப்படவேண்டும்.

சைவ சமயத்தின் இத்தகைய அரும்பெரும் செயலை இறைவன் ஆதிசைவ மரபில் வந்த **ஸகாலகமபண்டிதர் அருள்நந்தி சிவாசாரி**யைக் கொண்டு ***'சிவஞானசித்தியார்'*** எனும் ஒப்புயர்வற்ற நூலை அருளிச் செய்தார். அனைத்து சைவ சித்தாந்த கருத்துகளும் சிவஞான சித்தியாரில் முழுமையாக நிரம்பியுள்ளன. படிப்பதற்கு எளிமையாகவும்,சிந்திப்பதற்குச் சிறந்ததாகவும் விளங்கியதால்தான்,

'சிவத்திற்கு மேல் தெய்வம் இல்லை'
சித்திக்கு (சிவஞான சித்தியாருக்கு) மேல் நூல் இல்லை' -

என்ற பழமொழி உண்டாயிற்று.

சிவஞான சித்தியாரே சைவ சமயத்தவர்களால் பெரிதும் பயிலப் படுவதும், இதற்கு ஆறுபேர் உரை வகுத்துள்ளதும் இதன் சிறப்பை உணர்த்தும்.

இவ்வாறு, சைவசித்தாந்த தத்துவத்தினை எளிமையாகப் பாடிடும் அரும்பெரும் தொண்டினை ஆதிசைவரைக் கொண்டு செய்த திருவருள் உணரத்தக்கது.

இவ்வாறு,

ஆகமங்களைக் காப்பாற்றிய ஆதிசைவர்
சிவபூஜையை வளர்த்தெடுத்த ஆதிசைவர்
நாயன்மார்களை இவ்வுலகம் அறியச்செய்த ஆதிசைவர்
தேவாரப் பாடல்களைக் கண்டெடுத்து தந்த ஆதிசைவர்
திருமுறைகளைத் தொகுத்து தந்திட்ட ஆதிசைவர்
இசைப்பண்களை அமைக்க உதவிய ஆதிசைவர்
சைவ சித்தாந்தத் தத்துவம் தோன்றக் காரணமான ஆதிசைவர்
சைவ சித்தாந்தத் தத்துவத்தைச் சிறப்புறப் பாடிய ஆதிசைவர்

என்று சிவபெருமான் சைவ சமயத்தின் அரும் பெரும் தொண்டினை, செயல்களை தம்மை முப்பொழுதும் திருமேனி தீண்டி வழிபாடு செய்யும், தனது வழிவழி அடிமைகளாகிய ஆதிசைவர்களை கொண்டே செய்த திருவருளை இங்கு நாம் மனதாரத் துதிப்போமாக.

14. சிவபெருமான் தன்னை பூஜிக்கும் ஆதிசைவர் கோலம் கொண்டே அடியவர்களுக்கு அருள் செய்தல்

ஆதிசைவர்களாகிய சிவாசாரியார்கள் சிவபெருமானின் பிரதிபிம்பம்!

ஆதிசைவர்கள் சிவபெருமானின் ஐந்து திருமுகங்களில் இருந்து தீக்ஷை செய்துவிக்கப்பட்டு தோன்றியவர்கள் என்பதால், சிவபெருமானுக்கும் ஆதிசைவ சிவாசாரியார்களுக்கும் வேறுபாடு கிடையாது. வேறுபாடு பார்ப்பவர்களுக்கு தீங்கு நேரிடும் என்று ஆகமங்கள் கூறுகின்றன.

சிவபெருமான் ஒருநாள் கண்ணாடியில் தோன்றிய தம் அழகு நிறைந்த பிரதி பிம்பத்தைப் பார்த்து, 'சுந்தரமே வா' என்று அழைக்க, அது ஓர் அழகிய சுந்தர வடிவமாகத் தோன்றி நின்றது. அந்த சுந்தர வடிவமே ஸ்ரீ ஆலாலசுந்தரர் என்பதும், ஆலாலசுந்தரரே இப்பூவுலகில் ஆதிசைவ மரபில் நம்பியாரூரராக அவதரித்தார் என்பதும் நாம் அறிந்ததுதான்.

'கோபுரே சிகரே த்வார
ப்ராகாரே பலிபீடகே
அர்ச்சகே மூல லிங்கேச சப்த
லிங்கஸ்ய தர்ஸநம்'

என்று, அதாவது 'திருக்கோயில்களில் உள்ள ஏழுவித லிங்கங்களில் ஆதிசைவ அர்ச்சகரும் ஒருவர்' என்று கூறுகின்றன ஆகமங்கள்,

எனவே 'அர்ச்சகஸ்து ஹரஸ்ஸாக்ஷாத்' என்ற திருவாக்கிற்கேற்ப ஆதிசைவ அர்ச்சகர்களை சிவபெருமானாகவே பாவித்து வழிபட வேண்டும். ஏனெனில், அநாதி சைவனாகிய சிவபெருமான் தனது திருவருளை திருவருள் குறிப்பை தனக்கு அடுத்த நிலையில், உள்ள தமது திருமேனி தீண்டி பூஜை செய்யும் ஆதிசைவர்கள் மூலமே தந்தருள்வான் என்பதை உணரவேண்டும்.

எடுத்துக்காட்டாக, மிகப்பெரும் ஆதினமாக விளங்கக்கூடிய திருவாவடுதுறை ஆதினத்தின் குரு முதல்வராகிய ஸ்ரீ நமச்சிவாய மூர்த்திகள், குழந்தைப் பருவத்தில் வைத்தியநாதன் என்னும் திருநாமம் கொண்டுவளர்ந்துவரும் காலத்தில் தனது தாய் தந்தையருடன் வைத்தீஸ்வரன் திருக்கோயில் சென்று ஸ்ரீ வைத்தியநாதரை தரிசித்து அச்சந்நிதியை விட்டு நீங்காமல் அங்கு வழிபட்டு நின்றார்.

அச்சமயம், அவரது தாய் தந்தையர் கோயிலைச் சுற்றி வலம் வந்தபொழுது, தங்கள் குழந்தை வைத்தியநாதனைக் காணாமல் கலக்கமுற்று தேடித்திரிய, அப்போது வைத்தியநாதன் மூலவர் சந்நிதியினின்று தரிசித்து ஒரு சிவலிங்கத்தை தனது கையில் கொண்டு வந்தார். தங்களது குழந்தையின் கையில் உள்ள சிவலிங்கத் திருமேனியைக் கண்ட தாய்தந்தையர், 'இதனை யாவரிடத்துப் பெற்றாய்?' என்று கேட்க, அதற்கு அப்புதல்வர்,

'ஆதிசைவ சிவாசாரிய சுவாமிகள் ஒருவர் உள்ளேநின்று இப்பெருமானாரை எழுந்தருளப் பண்ணிக்கொடுத்து உறுதிமொழி உரைத்துவிட்டு உள்ளே சென்றார்.' என விடை கூறினார்.

இதனைக் கேட்ட பெற்றோர், 'இது சிவபெருமானின் திருவருட் செயலேயாகும்' என்று சிலிர்த்துப்போய், இறைவனின் திருவருள் பெருமையையும், தங்கள் புதல்வரின் புண்ணியப் பேற்றினையும் நினைந்து கண்ணீர் மல்க துதித்து நின்றனர்.

இச்செய்தி திருவாவடுதுறை ஆதீனத்தின் **'குருபரம்பரை விளக்கம்'** நூலில் இடம் பெற்றுள்ளது.

மேலும், திருவாரூரில் ஸ்ரீ சுந்தரர் பெருமான்மீது பரவைநாச்சியார் ஊடல் கொண்டபொழுது, தம் தோழராகிய வீதிவிடங்கப்பெருமான் திருவடிகளை துதித்து வருந்திய ஸ்ரீ சுந்தரர், சிவபெருமானிடம் இவ்விரவே பரவை விட்டுக்குத் தூது சென்று அவளது ஊடலைத் தீர்த்து அருளுதல் வேண்டும் என்று வேண்டியருள, சிவபெருமான்

தம்மை பூஜைபுரியும் ஆதிசைவ மறையவர் கோலம் பூண்டு தூது சென்றார். இதை பெரிய புராணத்தில் சேக்கிழார் பெருமான்,

'ஞாலம் உய்ய எழுந்தருளும் நம்பி தூதர் பரவையார்
கோல மணிமா ளிகைவாயில் குறுகு வார்முன் கூடத்தம்
பாலங் கணைந்தார் புறநிற்பப் பண்டே தம்மை அர்ச்சிக்கும்
சீலம் உடைய மறைமுனிவ ராகித் தனியே சென்றணைந்தார்.'

என்று பாடியுள்ளார்.

இவ்வாறு ஆதிசைவ மறையவர் கோலத்தில் வந்த சிவபிரானை மறுத்து அனுப்பிய பின், நிதானமுற்ற பரவையார், வந்தவர் சிவபெருமானாகத்தான் இருக்கவேண்டும் எனத் தெளிந்து, தம்முடைய தோழர் சுந்தரருக்காக ஆதிசைவ அர்ச்சகர் வடிவம் கொண்டு வந்த பெருமானை மறுத்துரைத்தேனே என வருந்திப் புலம்பினார். இதனை சேக்கிழார் பெருமான் தனது பெரிய புராணத்தில்,

'அண்டர்தம் பிரானார் தோழர்க்காக
அர்ச்சிப்பார் கோலம் கொண்டணைந் தவரை
யான்உட் கொண்டிலேன் பாவியேன்' - என்று பாடியுள்ளார்.

இவ்வாறு சிவபெருமான் தம்மைப் பூஜை புரியும் ஆதிசைவ சிவாசாரியார் உருவம்கொண்டே பற்பல இடங்களில் பல அடியவர்களுக்கு அருள் புரிந்துள்ளார் என்பதை சைவ சமய சரித்திரங்கள் நமக்கு உணர்த்துகின்றன.

பாடல்பெற்ற திருத்தலங்களில் ஒன்றாகிய திருவையாறு ஸ்ரீ ஐயாறப்பரை முப்பொழுதும் திருமேனி தீண்டி பூஜிக்கும் ஆதிசைவ சிவாசாரியார் ஒருவர் காசி நகர் சென்று கங்கையில் நீராடி விஸ்வநாதரை தரிசித்து சிவபுண்ணிய பலன் அடைய வேண்டி காசியாத்திரை மேற்கொண்டார். குறித்த நாளில் அந்த ஆதிசைவ அர்ச்சகர் காசியாத்திரை முடிந்து திரும்பி வராததால், அவரின் மனைவியும் மக்களும் ஸ்ரீ ஐயாறப்பனிடம் அழுது முறையிட்டனர். அப்பொழுது ஸ்ரீ ஐய்யாறப்பன் அவர்களது கவலையைப் போக்க, தானே காசி சென்ற ஆதிசைவ அர்ச்சகரின் உருவம் கொண்டு, அவரது இல்லத்தில் இருந்துகொண்டு, கூடவே கோயிலில் அந்த அர்ச்சகருக்கு உரிய பூஜைமுறைகளைச் செய்து வந்தார்.

காசி சென்ற அந்த ஆதிசைவ அர்ச்சகர் திரும்பிவர, மக்களுக்கு அப்போதுதான் சிவபெருமானின் திருவிளையாடல் தெரிந்தது. இங்கு இதுநாள்வரை இறைவன் சிவபெருமானே ஆதிசைவ அர்ச்சகர் வடிவம் கொண்டு தனக்குத்தானே பூஜை செய்து வந்த திருவருளை அனைவரும் வியந்து போற்றி கண்ணீர் மல்க துதித்துநின்றனர்.

இதனை மாணிக்கவாசகர் தமது திருவாசகம், கீர்த்திக் திருஅகவலில், **ஐயாறு அதனில் சைவன் ஆகியும்** என்று போற்றிப் பாடியுள்ளார். அதுமுதல் அநாதிசைவனான ஐயாறப்பர் ஆதிசைவனாகப் போற்றப் படுகிறார்.

ஐயாறப்பன் ஆதிசைவனாக வந்து சிவபூஜை செய்த திருவருளை, திருவையாறு தலத்தில் நடைபெறும் பிரம்மோத்ஸவத்தின் ஐந்தாம் நாளில் **'தன்னைத்தான் பூசித்தல்'** என்னும் ஐதீக விழாவாக இன்றும் நடத்தப்பட்டு வருகிறது.

மேலும், பாடல் பெற்ற தலங்களில் ஒன்றான திருவிடை மருதூருக்கு அருகே உள்ள திருவிசைநல்லூர் என்னும் திருத்தலத்தில் சில நூறு ஆண்டுகளுக்கு முன் வாழ்ந்து வந்தவர் ஸ்ரீதர ஐயாவாள் என்னும் சிவபக்தர். இவருக்காக இவருடைய வீட்டுக் கிணற்றில் கங்கை பொங்கி வந்து அருள் பாலித்ததாக வரலாறு கூறுகிறது.

ஸ்ரீதர ஐயாவாள் திருவிடைமருதூரில் அருள் புரியும் ஸ்ரீ மகாலிங்கப் பெருமானை நாள்தோறும் வணங்கிவரும் நியதி உடையவர். ஒருநாள் கடும் மழை பெய்ததன் காரணமாக காவிரியில் வெள்ளம் பெருக்கெடுத்து ஓடியது, அதன் காரணமாக ஸ்ரீதர ஐயாவாள் அவர்களால் தனது ஊரில் இருந்து திருவிடைமருதூர் சென்று ஸ்ரீ மகாலிங்கப் பெருமானை தரிசித்து வணங்க முடியவில்லை. இதனால் அவர் மனம் கலக்கமுற்று உள்ளம் வருந்தி ஸ்ரீமகாலிங்கப் பெருமானையே மனத்தில் நினைத்து கண்ணீர் மல்க தனது இல்லத்தில் வீற்றிருந்தார்.

அவ்வேளையில், மழையில் நனைந்த நிலையில் ஸ்ரீ மகாலிங்கப் பெருமானை முப்பொழுதும் தீண்டி பூஜைசெய்யும் ஆதிசைவ சிவாசாரியார் ஒருவர் அங்கு வந்தார். அவர், ஸ்ரீதர ஐயாவாளிடம் மகாலிங்கப் பெருமானின் திருவருள் பிரசாதத்தையும், விபூதியும் வழங்கினார். கண்ணீர் மல்க ஆனந்தத்தோடு பெற்றுக் கொண்டு மகிழ்ச்சியடைந்தார். பின் ஆதிசைவ சிவாசாரியாரின் ஈரத்தை மாற்றிக்கொள்ள புதிய துணிகளை அளித்து ஒரு பட்டாடையும் தந்தருளினார். பின்பு அந்த ஆதிசைவ சிவாசாரியார் ஸ்ரீதர ஐயாவாளிடம் சிறிது நேரம் பேசிக் கொண்டிருந்துவிட்டு விடைபெற்றுக் கொண்டார்.

மறுநாள், காவிரியில் வெள்ளம் வடிந்தபின் ஸ்ரீதர ஐயாவாள் திருவிடைமருதூர் சென்று அங்கு இருந்த ஆதிசைவ சிவாசாரியாரைக் கண்டு, முதல்நாள் கடும் மழையில் தமது இல்லத்திற்கு வந்து விபூதி பிரசாதம் அளித்ததற்கு நன்றி தெரிவித்தார். அதற்கு அந்த

சிவாசாரியார், தாம் கடும் மழையின் காரணமாக நேற்று வெளியே வரவே இல்லையே என்று கூறினார். அதைக்கேட்ட ஸ்ரீதர ஐயாவாள் வந்தது யாராக இருக்கலாம் எனச் சிந்தித்தவாறு ஸ்ரீமகாலிங்கப் பெருமானை தரிசித்து வேண்டி நிற்க, தாம் முதல் நாளில் சிவாசாரியார்க்கு அளித்த பட்டாடையானது ஸ்ரீ மகாலிங்கப் பெருமான்மீது சாற்றியிருப்பதைப் பார்த்த ஸ்ரீதர ஐயாவாள், சிவாசாரியார் கோலத்தில் வந்தவர் சிவபெருமானே என்று உணர்ந்து கொண்டு மெய் சிலிர்த்துப் போனார். கண்களில் கண்ணீர் மல்க சிவபெருமானின் திருவருளை வியந்து மனம் உருகி வழிபட்டார்.

மேலும், திருவிளையாடற்புராணம், வாதவூரடிகளுக்கு உபதேசித்த படலத்தில், பாண்டிய மன்னன் வாதவூரடிகளை (மாணிக்கவாசகர்) குதிரை வாங்குவதற்கு வேண்டிய பொருளைத் தந்து அனுப்புகிறான். அப்பொழுது, வாதவூரடிகள் குதிரை வாங்கச் செல்வதற்குமுன் மதுரையில் திருவருள்புரியும் சோமசுந்தரக் கடவுளின் திருமுன் சென்று வணங்கினார். 'இறைவா, அடியேனுக்கு ஒருவரம் அருளல் வேண்டும். அதாவது, நான் கொண்டு செல்லும் இப்பொருளனைத்தை யும் தேவரீருக்கும், ஐம்பொறிகளையும் அடக்கித் தேவரீரையே விரும்பும் அடியவர்களுக்கும் பயன்பட வேண்டும்' என்று மனம்முருகி வேண்டி நின்றார். அப்பொழுது சோமசுந்தரப் பெருமானின் திருவருள் போல் **ஆதிசைவ அர்ச்சகர் ஒருவர் எதிரே வந்து வாதவூரடிகளுக்கு திருநீறு அளித்தார்.** அப்பொழுது வாதவூரடிகள், 'ஆஹா, நமக்கு இதுபோல் நன்நிமித்தம் வேறு இல்லை. என்று மகிழ்ந்து ஆதிசைவ அர்ச்சகர் தந்த திருநீற்றினை இருகரங்களினாலும் வாங்கி நெற்றியில் தரித்து மனத்தெளிவுடன் சோமசுந்தரப் பெருமானிடம் விடைபெற்றார்.

இக்கருத்தை பரஞ்சோதி முனிவர் திருவிளையாடற் புராணத்தில், 'ஆதி சைவனா மருச்சக னொருவனே' என்று பாடியுள்ளார். இதிலிருந்து உணரவேண்டியது சிவபெருமான் தம்மை திருமேனி தீண்டி பூஜிக்கும் ஆதிசைவ உருவம் கொண்டோ, ஆதிசைவ அர்ச்சகர் மூலமோ திருவருள் பாலிப்பார் என்பதாகும்.

மேலும், ஆதிசைவ சிவாசாரியார்கள் தங்கள் கரங்களால் தரும் விபூதிக்கு அதிக சிறப்பு உண்டு. சிவபெருமானை முப்பொழுதும் திருமேனியைத் தீண்டி பூஜை செய்து, அபிஷேகம் ஆராதனைகள் முதலியவைகளைச் செய்வதால் அவர்களது கைகள் சிவமாம் தன்மை பெறுகின்றது. சிவபெருமானின் அருளை விபூதியின் வடிவில் பக்தர்களுக்கு அளிப்பவர்கள் அவர்கள்.

சைவ சமய மரபில் விபூதியை பக்தர்களுக்குத் தந்திடும் உரிமை ஆதிசைவர்களுக்கும், ஆதினங்களுக்கும் மட்டுமே உரிமையுடையது.

திருக்கோயில்களில் சிவபெருமானின் திருமேனியைத் தீண்டி வழிபடும் கரங்களைக் கொண்டு சிவாசாரியார்கள் தந்திடும் விபூதிக்கு **'ஐஸ்வர்ய விபூதி'** என்று பெயர். அதாவது விருத்தியைத் தந்திடும் விபூதியாகும். இது வளர்ச்சியைத் தந்திடும்.

துறவறநெறியில் வீற்றிருந்து, ஆதீனங்கள், தம்பிரான்கள் தந்திடும் விபூதிக்கு '**மோட்ச விபூதி**' என்று பெயர் அதாவது வீடு பேற்றையும், துறவறத்தையும் தந்திடும் விபூதியாகும். இவர்களை தவிர மற்ற யாவர்க்கும் விபூதி தந்திடும் உரிமை சைவ சமய மரபில் கிடையாது.

சிவபெருமானைத் தீண்டிப் பூஜை செய்யும் பேறு பெற்றவர்களாகிய சிவாசாரியார்களை சிவமாகவே பாவித்து வணங்கி அவர்களிடம் விபூதி பிரசாதம் பெற்றுக்கொள்வது வழக்கம். சிவபெருமானே ஆதிசைவ சிவாசாரியார் வடிவில் வந்த வாதவூரடிகளுக்கு திருநீறு தந்த வரலாற்றை இங்கு நினைத்துப் பார்க்கவேண்டும்.

இவ்வாறு, சிவபெருமான் தம்மை முப்பொழுதும் தீண்டி வழிபடும், ஆதிசைவ சிவாசாரியார்கள் உருவம் கொண்டே திருவருள் செய்வார் என்பதே உண்மையாகும்.

இந்த உண்மையை உணர்ந்துதான் சைவ சமய சம்பிரதாயத்தில் சிவசொருபமாகிய ஆதிசைவருக்கே முதல் மரியாதை வழங்கப்படும்.

நாயன்மார்களின் புகழை பறைச்சாற்றும் உன்னத காப்பியம் பெரிய புராணம். சேக்கிழார் தமது பெரிய புராணத்தில் பிள்ளை பாதி புராணம் பாதி என்று கூறும் அளவுக்கு ஞானசம்பந்தப் பெருமானுக்கு அதிக பாடல் பாடியவர். ஆனால், சைவசமயத்தில் தலையாய காப்பியமாகிய தமது பெரிய புராணத்திற்கு சைவசமயத்திற்கு அரும்பெரும் தொண்டுகளைச் செய்த சைவசமயத்தின் முதல் திருத்தொண்டர்களாகிய ஆதிசைவரே முதன்மையான தலைவனாக இருக்கவேண்டும் என்ற சைவசமய மரபின் அடிப்படையில் சேக்கிழார் பெருமான் பெரிய புராணத்தின் காப்பிய தலைவராக, ஆதிசைவ மரபில் அவதரித்த ஸ்ரீசுந்தரமூர்த்தி சுவாமிகளை அமைத்தார் என்பதை மனத்தில்கொள்ளவேண்டும்.

இன்றும் பாரம்பரியமிக்க திருவாவடுதுறை ஆதீனம் உள்ளிட்ட பல சைவ ஆதினங்களில் நடைபெறும் நிகழ்ச்சிகளில் விழாக்களில் ஆதிசைவரை சிவபெருமானின் பிரதிநிதியாகப் பாவித்து ஆதிசைவருக்கே முன்னுரிமையும், முதற் மரியாதையும் தரப்பட்டு வருகிறது.

மிகப்பெரும் ஆதினமாகிய திருவாவடுதுறை ஆதீனத்தில் ஆவணி அவிட்டம், மஹா சிவராத்திரி, பொங்கல், தீபாவளி, மகரத்

தலைநாளுக்குரிய குருபூஜை திருமுகம் எழுதும் நாள், திருமடத்தின் கொடியேற்றம், ஸ்ரீநமசிவாய மூர்த்திகள் குருபூஜைத் திருநாள் ஆகிய விசேஷ தினங்களில் ஸ்ரீலஸ்ரீ குருமகாசன்னிதானம் அவர்கள் ஆதீன மரபின்படி முதலில் ஆதிசைவர்களுக்குத்தான் பூரிகாசு வழங்கி மரியாதை செய்து வருகின்றார்கள் என்பது குறிப்பிடத்தக்கது.

திருவாவடுதுறை ஆதீன குருபூஜைவிழாவை முன்னிட்டு நடைபெறும் பத்து நாட்கள் விழாவில் முதல் மூன்று நாட்கள் ஆதினத்தில் நடைபெறும் கருத்தரங்கில் ஆதிசைவ சிவாசாரியார்களே ஆகம நற்கருத்துகளை சொற்பொழிவு ஆற்றும் மரபு இன்றும் கடைப் பிடிக்கப்பட்டு வருகிறது.

சைவர்களில், ஆதிசைவரையே முதன்மையாக தலைமையாகக் கொள்ளும் மரபு கடந்த காலத்தில் இருந்துள்ளது. திருவிளையாடற் புராணம், உக்கிரபாண்டியனுக்கு வேள்வளை செண்டு கொடுத்த படலத்தில்,

'ஆதி சைவர் முதற்சைவ ரைவருங்
கோதி லாவகச் சைவக் குழாங்களும்
பூதி மேனியர் புண்ணி வைந்தெழுத்
தோது நாவின சொல்லைவந் தெய்தினார்' *(பாடல் -25)*

என்று சைவர்களில் ஆதிசைவரை முதன்மைப்படுத்திப் பாடப்பட்டுள்ளது.

அநாதி சைவனாகிய சிவபிரானுக்கு அடுத்த நிலையில் வீற்றிருந்து திருத்தொண்டினை செய்துவரும் ஆதிசைவ சிவாசாரியார்களைத் தவிர்த்துச் செய்யும் எந்த ஒரு சிவப்பணியும், சிவச்செயலும், சைவசமய விழாக்களும் சிவபெருமானுக்கு விருப்பமானதாக அமையாது என்பதை இதன் மூலம் அறிந்துகொள்ள முடியும்.

சிவவழிபாட்டிற்கென்று இப்பூவுலகில் தோன்றிய முதல் சைவர்களாகவும், சிவபெருமானின் அணுக்கத் தொண்டர்களாகவும், வழிவழிஅடிமை செய்பவர்களாகவும், சிவபெருமானின் பிரதி நிதிகளாகவும் விளங்கும் ஆதிசைவ உருவம் கொண்டே சிவபெருமான் அருள் செய்வார் என்பதையும், இதன் காரணமாகவே, சைவ சமய விழாக்களில் ஆதிசைவருக்கே முதல் மரியாதை அளிக்கப்படும் மரபு கடந்த காலங்களிலும் இன்றும் கடைபிடிக்கப்பட்டு வருகின்றது என்பதையும் இதன்மூலம் நாம் தெரிந்து கொள்ளலாம்.

15. ஆதிசைவர்களின் இடைக்கால நிலை

(கிபி.14-ம் நூற்றாண்டு முதல் 20-ம் நூற்றாண்டுவரை)

ஆதிசைவர்களாகிய சிவாசாரியார்கள் தமிழ் அரசர்களாகிய சோழர்கள், பாண்டிய மன்னர்கள் ஆட்சிக் காலங்களிலும், நாயன்மார்கள் காலமாகிய பல்லவ மன்னர்கள் ஆட்சிக் காலங்களிலும் ஆகமங்களை சிறப்புறப் பயின்றும், ஆகமவிதிப்படி சிவாலயங்களில் அனைத்துத் தொண்டுகளையும் செய்தும், மன்னர்களுக்கு சிறந்த ஆன்மிக வழிகாட்டிகளாக ராஜ குருவாகவும் இருந்து உரிமையோடும், பெருமையோடும் சீரும் சிறப்புற்றும் வாழ்ந்து வந்துள்ளார்கள். ஆனால் காலப்போக்கில் மாற்று தேசத்து அரசர்கள் ஆட்சிக் காலத்தில் அதாவது, கி.பி.14-ம் நூற்றாண்டு முதல் தங்கள் பெருமைகளையும், உரிமைகளையும் இழந்து ஆதிசைவ சிவாசாரியார்கள் உரிமை யற்றவர்களாக ஆனார்கள்.

எடுத்துக்காட்டாக, தமிழ் அரசர்களாகிய பிற்கால சோழர்களில் கடைசி மன்னனாகிய மூன்றாம் ராஜேந்திர சோழனின் ஆட்சி வலிமை குன்றி 13-ம் நூற்றாண்டு இறுதியில் முடிவுற்ற பிறகு, பாண்டிய மன்னர்கள் சோழ, பாண்டிய தேசங்களை ஒரு சேர ஆட்சி புரிந்தனர். இக்காலத்தில், சடையவர்மன் சுந்தரபாண்டியன் (கி.பி.1251 - 1268) மிகவும் புகழ் பெற்று விளங்கினான். பின் குறுகிய காலத்தில் மாறவர்மன் குலசேகர பாண்டியன் ஆட்சிக் காலத்தில் (கி.பி.1268-1310) அம்மன்னனின் மகன்கள் வீரபாண்டியன், சுந்தரபாண்டியன் என

இருவரும் வாரிசு உரிமைக்கோரி போரிட்டதன் காரணமாக தமிழகத்தில் ஆட்சித்தலைமை நிலையற்றதாக விளங்கியது. எங்கும் அமைதியின்மை, குழப்பம் நிலவியது. பரம்பரை பரம்பரையாக சைவர்களாக விளங்கிய சோழர்கள் அழிக்கப்பட்டார்கள். சோழ அரசு சிதறுண்டது. பாண்டிய தேசத்தில் அமைதியின்மை நிலவ, தொண்டை மண்டலத்தில் பல்லவ வம்சத்தின் வாரிசுகளாக வந்தவர்கள் குறுநில மன்னர்களாக பலம் அற்றவர்களாக விளங்கினார்கள். இந்நிலையில் தென்னாட்டில் குறிப்பாக தமிழகத்தில் முஸ்லிம் தளபதி மாலிக்காபூர் படையெடுப்பு கி.பி.1311ல் நடைபெற்றது.

கி.பி. 1311-ல் நடைபெற்ற மாலிக்காபூர் படையெடுப்பும், கி.பி.1318-ல் நடைபெற்ற குஸ்ரூகான் படையெடுப்பும் தமிழகத்தையும், தமிழக கோயில்களையும் சீரழித்தன. சிதம்பரம், திருவாரூர், ஸ்ரீரங்கம், மதுரை போன்ற கோயில்களெல்லாம் தீக்கிரையாக்கப்பட்டன. அங்குள்ள கோயில் செல்வங்கள் எல்லாம் கொள்ளை அடிக்கப் பட்டன. தங்கள் கோயிலை காப்பாற்ற முயற்சித்த சிவாசாரியார் களும், கோயில் பணியாளர்களும், பக்தர்களும் கொடுமையாகக் கொலை செய்யப்பட்டனர். இதன் காரணமாக சுமார் அரை நூற்றாண்டுக்கும் (50 வருடங்களுக்கு) மேல் கோயில்கள் பூட்டப் பட்டுக் கிடந்தன. கோயில்களில் எவ்வித பூஜைகளும் வழிபாடுகளும் இன்றி பாழடைந்து சிதைந்தன. டில்லி சுல்தான் கியாசுதின் துக்ளக் மகன் உலூப்கான் பாண்டிய நாட்டின்மேல் போரிட்டு கி.பி.1323-ல் மதுரையை கைப்பற்றினான். டெல்லி சுல்தான்களின் நேரடி கட்டுப்பாட்டிற்கு தமிழகம் கைமாறியது.

சுல்தான்களின் ஆட்சியில் தமிழகத்தில் சமயம் சார்ந்த நடவடிக்கை கள் பெரிதும் பாதிக்கப்பட்டன. கோயில்கள் சேதப்படுத்தப்பட்டன. வழிபாடுகளும், விழாக்களும் முடக்கப்பட்டன. கோயில் விக்ரகங்கள், அணிகலன்கள் கொள்ளை அடிக்கப்பட்டன. கோயிலையொட்டி வாழ்ந்து வந்த பிராம்மணர்கள் குறிப்பாக சிவாசாரியார்கள் மிகப் பெரிய தாக்குதலுக்கு ஆட்பட்டனர். இவ்வாறு, சுமார் அரை நூற்றாண்டு காலம் தமிழகக் கோயில்கள் பாழடைந்து கிடந்தன.

மாலிக்காபூர் படையெடுப்பாலும், சுல்தான்கள் ஆட்சியிலும் தமிழகம் இருந்த நிலையை விஜயநகர மன்னன் குமார கம்பண்ணன் மனைவி **கங்கா தேவி** தாம் எழுதிய, **'மதுரா விஜயம்'** என்ற நூலில் விரிவாகக் குறிப்பிட்டுள்ளார். அதில் கோயில்கள் இருந்த நிலையை கீழ்க்கண்டவாறு அதில் விவரிக்கின்றார்.

> 'திருக்கோயில்களின் கதவுகளை கரையான் தின்றன. கருவறைக்குள் இருந்த வளைவுகளில் விரிசல் கண்டு அங்கு

புல் முளைத்திருந்தது. முழவின் ஒலியை எதிரொலித்துக் கொண்டிருந்த ஆலயங்களில் ஓநாய்களின் உளையொலி எதிரொலித்தது. வேத முழக்கம் உடைய அந்தணர்கள் தெருவில் இறைச்சி நெடி வீசியது. அழகிய மாதரின் சிலம்பொலி எழுந்து உள்ளங்களைக் கவர்ந்த நெடுஞ்சாலைகளில் பிராமணர்களை இரும்புச் சங்கிலிகளில் இழுத்துச் செல்லுகையில் அவர்கள் எழுப்புகின்ற ஒலி, சங்கிலி ஓசைகளுடன் சேர்ந்து காதைக் கிழித்தன!' என்றவாறு அந்நூலில் விவரித்துள்ளார்.

படிக்கவே மனம் அதிரச் செய்யும் சூழலில் இவ்வாறு கோயில்கள் இருந்தபொழுது கோயிலைச் சார்ந்தே வாழ்ந்த அர்ச்சகர்களாகிய சிவாசாரியார்கள் நிலை எவ்வாறு இருந்திருக்கும் என்பதை எண்ணிப் பார்க்கவேண்டும். நிச்சயமாக அவர்கள் நிலை மிக மோசமானதாகத் தான் இருந்திருக்கும். ஏனெனில் கோயில்கள் தாக்கப்படும்பொழுது அதன் முதல் பாதிப்பு அங்கு பூஜை செய்பவருக்குத்தான் என்பதே எதார்த்த உண்மையாகும்.

எடுத்துக்காட்டாக கி.பி.1758ம் ஆண்டில் பிரெஞ்சு தளபதி லாலி என்பவரால் திருவாரூர் திருக்கோயிலில் சூறையாடல் நிகழ்த்தப் பட்டபொழுது, கோயிலில் நெல் தவிர பிறப் பொருள்களை அவரால் கைப்பற்ற முடியவில்லை என்பதால், கோபமடைந்த பிரெஞ்சு தளபதி லாலி கோயிலைப் பாதுகாத்த, கோயிலில் பூஜை செய்யும் குருக்கள் அத்தனைபேரையும் துப்பாக்கிகொண்டு சுட்டு வீழ்த்தியதாக (A History Of The Military Transactions Of The Brithsh National In Hindusthan) என்ற நூலில் குறிப்பிடப்பட்டுள்ளதாக கல்வெட்டு ஆய்வாளர் குடவாயில் பாலசுப்ரமணியன் அவர்கள் தமது திருவாரூர் திருக்கோயில் நூலில் பதிவுசெய்துள்ளார்.

இவ்வாறு, கோயில்களின் பாதுகாப்பிற்காகவும், கோயில் தொண்டுக்காகவும், ஏராளமான ஆதிசைவ குருக்கள் உயிர்த் தியாகம் செய்துள்ளனர். இது பதிவு செய்யப்பட்ட நிகழ்வு. இவ்வாறு பதிவு செய்யப்படாத நிகழ்வுகளினால் எத்தனை சிவாச்சாரியார்கள் உயிர் பலிவாங்கப்பட்டதோ?

எத்தனை சிவாசாரியார்கள் தாங்கள் பூஜித்த கோயில்களுக்காக, இறைவனுக்காக உயிர்த்தியாகம் செய்தனரோ? எவ்வளவு துன்பத்திற்கும் கொடுமைகளுக்கும் உள்ளானார்களோ என்பது நம் கற்பனைக்கும் எட்டாததாகும்.

இவ்வாறு அரை நூற்றாண்டுக்கும் மேல் கோயில்களில் பூஜைகளும், வழிபாடுகளும் நிறுத்தப்பட்டதால் கோயிலைச் சார்ந்தே வாழ்ந்த

ஆதிசைவர்களாகிய சிவாசாரியார்களின் வாழ்க்கை மிகவும் பின்னுக்குத் தள்ளப்பட்டு பல துன்பங்களுக்கு ஆளாகும் சூழ்நிலை ஏற்பட்டது.

பின்பு தமிழகத்தில் 14-ம் நூற்றாண்டு இறுதியில் அதாவது கி.பி.1365-70 ஆண்டு காலங்களில் மதுரையில் சுல்தான்களின் ஆட்சி ஒழித்துக்கட்டப்பட்டு தமிழகம் முழுவதும் விஜயநகர பேரரசின் கீழ் கொண்டுவரப்பட்டது. விஜயநகர அரசர்களின் ஆட்சிக்காலம் தென்னகத்தின் இந்து மறுமலர்ச்சிக் காலமாகவே விளங்கியது. விஜயநகர ஆட்சிக் காலத்தில் பல கோயில்களில் பூஜை வழிபாடுகள் மீண்டும் தொடங்கின. பல கோயில்கள் சீரமைக்கப்பட்டு புதுப்பிக்கப் பட்டன.

இம் மன்னர்கள் காலத்தில் கோயில்களில் வழிபாடுகள் சிறப்புற நடைபெற்றாலும், தமிழ் அந்தணர்களாகிய ஆதிசைவ சிவாசாரியார் கள் கோயில்களின் கருவறையில் பூஜை மட்டுமே செய்யும் அடிமை களைப்போல ஒடுக்கப்பட்டனர். தமிழ் அரசர்களாகிய சோழர்கள் ஆட்சிக்காலத்தில், ஆதிசைவர்களாகிய சிவாசாரியார்களுக்கு அளிக்கப் பட்டிருந்த தனி உரிமைகளும் உடமைகளும் மரியாதைகளும் ஆச்சாரியத்துவமும், ராஜ குருவாக இருந்து செயல்படும் உரிமை, கோயிலை நிர்வாகம் செய்யும் உரிமை போன்றவைகள் அனைத்தும் இக்காலத்தில் சிவாசாரியார்களிடம் இருந்து படிப்படியாக பறிக்கப் பட்டன.

விஜயநகரப் பேரரசரும், நாயக்கர்களும், மராட்டியர்களும், தமிழகத்தில் ஆட்சி புரிந்தபொழுது தெலுங்கரும், கன்னடியரும், மராட்டியரும், ஆயிரக்கணக்கில் தமிழகத்தில் குடியேறினார்கள். அவ்வாறு குடியேறியவர்களில் தெலுங்கு பிராமணர்களும், மராட்டிய பிராமணர்களும் அடங்குவர். இவ்வாறு வந்த தெலுங்கு, மராட்டிய பிராமணர்களிடம் கோயில் நிர்வாகமும் வழிபாடுகள் சம்பந்தமான முடிவுகள் எடுக்கும் அதிகாரமும் அவர்களிடம் கொடுக்கப்பட்டன.

ஆதிசைவ குருக்கள் என்ற மரியாதை கோயில் பூஜை செய்யும் இடத்து அளவிலேயே இருந்ததே தவிர ஆட்சி, அதிகாரம் சமூகத்தில் ஆதிசைவர்களுக்கு மரியாதை இல்லாத நிலை ஏற்பட்டது.

இக்காலங்களில் ஆகமங்களுக்கு பெரிய அளவில் முக்கியத்துவம் கொடுக்கப்படவில்லை. வேதம் படித்த பிராமணர்களுக்கு கோயில் களில் முக்கியத்துவமும் மரியாதையும் அளிக்கப்பட்டன. விஜயநகர அரசர்கள் காலத்தில் வேத அபிவிருத்திகளுக்காக பல கொடைகள் வழங்கப்பட்டன. இதனால், வேதம் படித்த பிராமணர்களைவிட ஆகமம் படித்த சிவாசாரியார்கள் தாழ்ந்தவர்கள் என்ற ஓர் எண்ணம்

சமூகத்தில் ஏற்பட்டது. இதனால் சிவாசாரியார்களும் வேத கல்விக்கு அதிக முக்கியத்துவம் கொடுத்து கற்கத் தொடங்கினர்.

சோழ, பாண்டிய மன்னர்கள் வேதம் படித்த பிராமணர்களுக்கு இறையிலிகள் அளித்தபொழுதும், தமிழ் அந்தணர்களாகிய ஆதிசைவ சிவாசாரியார்களுக்கும் அவர்களின் ஆகம நூல்களுக்குமே மிகப்பெரும் முக்கியத்துவம் அளித்துள்ளார்கள். திருக்கோயில்களில் நடைபெற்ற விழாக்கள் மற்றும் சமயம் சார்பான அனைத்து நடவடிக்கைகளும் ஆகம விதி வழிப்படியே சோழர்கள் காலத்தில் நடைபெற்று வந்தன.

சோழ மன்னர்கள் வேத கல்வியை ஆதரித்தபொழுதும், ஆகம கல்விக்கு மிகப் பெரும் முக்கியத்துவம் அளித்ததால் ஆகமம் சம்பந்தமான பல நூல்கள் அப்பொழுது தோன்றின. முக்கியமாக ஆகமங்களின் ஞானபாதம், சம்பந்தமான பல நூல்கள், சோழர்கள் காலத்தில் சிவாசாரியார்களால் எழுதப்பட்டன.

சிவாசாரியார்களுக்கும் அவர்கள் கற்ற ஆகம கல்விக்கும் மன்னர்களின் ஆதரவு இருந்ததால், ஆதிசைவ சிவாசாரியார்கள் பல சைவ மடங்களை எழுப்பி ஆகம உபதேசமும், சிவ உபதேசமும் செய்து, சோழர்கள் காலத்தில் சைவ சமயம் சிறப்புற்று விளங்க தொண்டாற்றி வந்தனர்.

பிற்காலத்தில் அதாவது, தமிழ் அரசர்களாகிய சோழர்கள், பாண்டிய மன்னர்களின் ஆட்சியில் முடிவுற்று கி.பி. 14, 15ம் நூற்றாண்டுகளில் எழுந்த மாற்று தேசத்து மன்னர்களின் ஆட்சிக் காலங்களின்பொழுது இந்நிலை தலைகீழாக மாறியது. சிவாசாரியார்கள் கற்ற ஆகம கல்விக்கு கொடுக்கப்பட்ட முக்கியத்துவம் குறைக்கப்பட்டு வேத கல்விக்கும் பிராமணர்களுக்கும் முக்கியத்துவம் அளிக்கப்பட்டது.

வேத பிராமணர்களுக்கும் தெலுங்கு, மராட்டிய பிராமணர்களுக்கும் கோயில்களின் நிர்வாகத்தில் அதிக முக்கியத்துவமும், உரிமையும் அளிக்கப்பட்டன. இதனால், சிவாசாரியார்களுக்கு தமிழ் சமூகத்தில் அளிக்கப்பட்டுவந்த அந்தஸ்தும், மரியாதையும் படிப்படியாக குறைந்து வந்தன. இக்காலத்தில், கோயில்களில் நடைபெற்ற ஆகம கிரியைகளில் மாற்றங்கள் ஏற்படுத்தப்பட்டு வேதமந்திரங்கள் சேர்க்கப்பட்டன.

'சைவ கிரியைகளும் வைதீகமும்' என்ற கட்டுரையில் கலிபோர்னியா பெர்க்கிலின் பல்கலைக்கழகப் பேராசிரியர் வெயின் ஸுர்தம் அவர்கள் தரும் விளக்கம் கீழே:

ஆகமங்களே குறிப்பிட்ட தெய்வ வழிபாட்டைப் பற்றிய மிகமிக முந்தைய ஆதார நூல்களாகும். 12ம் நூற்றாண்டில் வாழ்ந்த புகழ் பெற்ற சைவ நூலாசிரியரும், ஆகம உரை ஆசிரியருமான ஸ்ரீ அகோர சிவாசாரியார், 'தன்னுடைய முக்கியமான உரைகளின் நோக்கம், வைதீகர்கள் ஆகம விசயங்களை தவறாக விளக்குவதை திருத்துவதே யாகும்' என்று கூறுகிறார்.

மேலும், இன்று எல்லா ஆகமச் சடங்குகளிலும் வேத மந்திரங்கள் சேர்க்கப்பட்டுள்ளன. அகோர சிவாசாரியார் கூறியுள்ள கணபதி பூஜை வேத மந்திரங்கள் அற்றது. ஆனால் இன்று செய்யப்படும் கணபதி பூஜையில் பெரிய வேத மந்திரங்கள் உபயோகப்படுத்தப்படுகின்றன.

ஆகம சடங்குகளில் வேதங்களின் உபயோகம் மிகமிகக் குறைவாகவே இருந்தது. ஆகம சடங்குகளில் வேத மந்திரங்கள் உபயோகப்படுத்தப்பட்டாலும், ஆவாகனம், பூஜை இவற்றிற்குப் பிறகு உபசாரங்களாகிய கீதம், நாட்டியம் இவற்றிற்கு ஒப்பாகவே பயன்படுத்தப்பட்டன. இந்நிலை பிற்காலத்தில் தலைகீழாக மாறி மிகச்சிறந்த ஆகமச் சடங்குகளிலும் விஸ்தாரமான வேத மந்திரங்கள் உபயோகப் படுத்தப்படுகின்றன என்று கூறுகிறார்.

இவ்வாறு, கோயில்களில் வேதமந்திரங்கள் பாராயணம் மட்டுமே செய்யப்படும் என்ற நிலைமாறி, ஆகம பூஜைகளில் வேதமந்திரங்கள் கலப்பு அதிகம் ஏற்பட்டன.

இக்காலகட்டத்தில், ஆட்சியாளர்களின் ஆதரவு ஆகம கல்விக்கு இல்லாததாலும் சிவாசாரியார்கள் கையறுநிலையில் இருந்தனர். வாழ்க்கையே போராட்டமாக மாறியதால் பூஜை செய்து ஒரு வேளை உணவு உண்டு வாழ்ந்தால் போதும் என்ற நிலைக்கு தள்ளப்பட்டனர். இதனால் தங்களின் உரிமைகள் பல பறிக்கப்பட்டபொழுதும், தங்கள் ஆகம பூஜை முறைகளில் பல மாற்றங்கள் ஏற்பட்ட பொழுதும் எதையும் எதிர்த்துக் கேள்வி கேட்கும் திராணியற்றவர்களாக ஆனார்கள்.

மேலும், அக்காலங்களில் கோயில்கள் உள்ள கிராமங்களிலும், அக்ரஹாரங்களிலும் சிவாசாரியார்கள் ஒரு குடும்பம் (அ) இரு குடும்பம் என மிக மிகச் சிறுபான்மையினராக வாழ்ந்து வந்ததாலும், மற்ற பிராமணர்கள் பெருமளவு குடும்பமாக வாழ்ந்து வந்ததாலும், பிற்கால அரசர்கள் காலத்தில் கோயிலில் பூஜை செய்யும் ஆதிசைவ குருக்களைவிட, வேத பிராமணர்களுக்கு முக்கியத்துவம் அளித்ததாலும், மன்னன் எவ்வழியோ மக்கள் அவ்வழி என்பதற்கேற்ப சமூகத்தில் உள்ள மக்களும் வேத பிராமணர்களையே உயர்வாக மதித்தார்கள். இதன் காரணமாக ஆதிசைவ குருக்கள்களின் வாழ்வும், உரிமையும் கோயிலின் கருவறையிலேயே அடிமையாக முடங்கியது.

ஒரு கிராமத்தில் பொது மக்களுக்கு பலவிதமான பணிகள் செய்ய சலவையாளர், நாவிதர், குயவர் போன்றோர் எவ்வாறு தொழில் செய்ய தொழிலாளிகளாக உள்ளார்களோ அதுபோல், ஆதிசைவ குருக்களும் கோயிலில் பூஜை செய்யும் தொழிலாளி என்ற அளவிலேயே, சமூகத்தில் அவர்கள் வாழ்வுமுறை சுருங்கியது. கிராம சமூகத்தில் அவர்களுக்கு எவ்வித உரிமையும் அங்கீகாரமும் முடிவெடுக்கும் உரிமையும் இல்லாத நிலை ஏற்பட்டது.

இக்காலகட்டத்தில்தான் சிவாசாரியார்கள் தங்கள் உயிரினும் மேலாக மதித்துப் பாதுகாத்துவந்த பல ஆகம ஏட்டுச் சுவடிகளை அரசின் ஆதரவின்மையால் பாதுகாத்துத் தக்கவைக்க முடியாத சூழலால் அவற்றை இழந்தனர். மேலும் தங்கள் குடும்பத்தின் வறுமை காரணமாகவும் பஞ்சத்தினாலும் விலை மதிக்கமுடியாத பல ஆகம சுவடிகளை விழிப்புணர்வு இல்லாததால் விற்கும் சூழ்நிலைக்கும் தள்ளப்பட்டனர்.

ஆகமக் கல்விக்கு, அரசிலும், சமூகத்திலும் பெரியளவு ஆதரவு இல்லாததால் கோயில் வழிபாட்டுக்குரிய சில ஆகமங்களின் **கிரியாபாதத்தை மட்டும்** சிவாசாரியார் தாங்கள் செய்யும் பூஜையை பொருட்டு குருகுல முறையில் கற்று தலைமுறை தலைமுறையாகப் பாதுகாத்து வந்தார்கள்.

சோழர்கள் காலத்தில் **ஆகமத்தின் ஞானபாதம்** சம்மந்தமான பல நூல்களை இயற்றிய ஆதிசைவ சிவாசாரியார்கள், இக்காலத்தில் ஆகமத்தின் ஞானபாத சிந்தனையே இல்லாத நிலைக்குத் தள்ளப்பட்டனர். பெரும்பான்மையான ஆகமங்களின் ஞானபாத பகுதிகள் இக்காலத்திலேயே மறைந்து போயின என்று எண்ண வாய்ப்பு உள்ளது. இக்காலக்கட்டத்தில் தான் சைவசமயத்தைச் சார்ந்த மறைஞானசம்பந்தர், தத்துவப்பிரகாசர் போன்றோர், ஆகமக் கருத்துகளை, **‘சைவசமய நெறி’**, **‘தத்துவப்பிரகாசம்’** போன்ற நூல்களாக இயற்றி தனிப்பட்ட முறையில் ஆகம தத்துவங்களைப் பாதுகாத்து வந்தனர்.

சோழர்கள் காலத்தில் புகழ்பெற்றுவிளங்கிய சிவாசாரியார்களின் நூற்றுக்கணக்கான சைவாகம மடங்கள் ஆதரவு இன்மையால் இக்காலத்தில்தான் படிப்படியாக அழிந்து போயின. ஆகம விதிப்படி சிவாசாரியார்களுக்கு (சன்னியாச தர்மம்) துறவறம் கிடையாது. அவர்கள் இல்லறத்தில் இருந்த நிலையிலேயே சிவபூஜை செய்து கொண்டு குருவாக, மடாதிபதிகளாக இருந்து சிவதீக்ஷை அளிக்கும் உரிமை உண்டு.

திருவாவடுதுறை ஆதினம் ஸ்ரீ மாதவ சிவஞான சுவாமிகள் தமது சிவஞான மாபாடியத்துள்,

'இல்வாழ்க்கையில் இருந்து ஆச்சாரியராக (குருவாக) இருக்கும் தன்மை ஆதிசைவருக்கு மட்டுமே உண்டு' என்று கூறியுள்ளார். மேலும், 'சிவாகமங்களில் ஆதிசைவர்க்கே அன்றி ஏனையோர்க்கு மக்கண் முரண்மையினும் ஆசிரியத்தன்மை (குருவாக இருக்கும் தன்மை) விதியாமையும் அறிக. சிவாகமங்களில் இல்வாழ்வார்க்கு உயர்ச்சி கூறும் வசனங்கள் எல்லாம் பரார்த்த பூஜைக்கண் ஆதிசை வரைக் குறித்து கூறியதேயான் என்பது தெரிந்துணர்ந்து கொள்க' என்றும் கூறி அருளியுள்ளார்.

ஆனால், தமிழகத்தின் இடைக்காலத்தில் காவியுடுத்தும் துறவிகளுக்கும், பிரம்மச்சரிய நிலையில் இருப்பவர்களுமே குருவாக மடாதிபதி களாக இருக்கவேண்டும் என்ற கொள்கை பரவியதால் ஆதிசைவ சிவாசாரியார்களின் குருத்துவம் பறிக்கப்பட்டது. அவர்களின் ஆகம மடங்கள் படிப்படியாக செல்வாக்கு இழந்துவிட்டன.

எடுத்துக்காட்டாக, ஈட்டுகின்ற பொருளில் ஒரு பகுதியை வழிகாட்டு கின்ற சிவபெருமானுக்கே என அர்ப்பணித்து வாழும், செட்டிநாட்டு நாட்டுக்கோட்டை நகரத்தார்களுக்கு, ஆதிசைவ சிவாசாரியார்களே குரு பீடமாக இருந்து சிவஉபதேசம் செய்து வந்துள்ளார்கள் என்பதும், ஆதிசைவர்களுக்கே அந்த உரிமை உண்டு என்பதும் கடந்த கால வரலாறாகும். ஆனால், தமிழகத்தின் இடைக்காலத்தில் காவியுடுத்திய பிரம்மசாரியாக உள்ள பிராமணர்களே குருவாக விளங்க வேண்டும் என்ற கொள்கை வலியுறுத்தப்பட்டதால் ஸ்மார்த்த பிராமணர் ஒருவர் நகரத்தார் மடத்தின் குருவாக இருந்து உபதேசம் செய்து வருகிறார்.

'சைவ ஆதினங்கள்' என்ற நூலில் தவத்திரு **ஊரன் அடிகள்,** நாட்டுக்கோட்டை நகரத்தார்களில் பெண் மக்களுக்குத் துலாவூர் ஆதினம் குருபீடம். ஆண்மக்களுக்குக் கலாமடமும், பாதரக் குடிமடமும் குருபீடங்கள். அன்மைக்காலத்தில் கலாமடமும், பாதரக்குடி மடமும் ஒன்றாக இணைக்கப்பெற்றுப் பாதரக்குடிமடமே இப்பொழுது ஆண்களின் குரு பீடமாக இருந்து வருகிறது. **முன்பு ஆதிசைவ சிவாசாரியார் மடமாக இருந்த பாதரக்குடிமடம் அண்மைக்காலத்தில் ஸ்மார்த்த வைதீக அந்தணர் தலைமை வகிக்கும் மடமாகிவிட்டது** என்று கூறியுள்ளார்.

அதேபோல், **'திருவாலங்காட்டில் தரும சிவாசாரியார் மடம்** ஒன்று இருந்தது. சிவாசாரியாரை மடாதிபதியாகக் கொண்ட இம்மடத்தில் ஆயிரம் வைஸ்யர் எனப்படும் செட்டிகள் சிஷ்யர்களாக இருந்தனர். இவர்கள் இக்காலகட்டத்தில் தங்கள் மடாதிபதிகள் பிரம்மச்சரியம் மேற்கொண்டு காவியுடுத்தி தண்டு கமண்டலம் ஏந்தியவர்களாக

இருக்கவேண்டும் என்று வற்புறுத்தினார்கள். ஆனால் சிவாசாரியார்கள் தங்களுக்கு ஆகம விதிப்படி துறவறம் இல்லை என்று கூறினார்கள். இதனால் மேற்கண்ட செட்டிமார்கள் தங்கள் ஆதிசைவ குருவை விலக்கிவிட்டு ஸ்மார்த்தநெறி பிராமணர் ஒருவரை குருவாகப் பீடமேற்றினர்' என்று தமது நூலில் குறிப்பிட்டுள்ளார் **சிவசுந்தரி பூசை.ச.ஆட்சிலிங்கம்.**

இவ்வாறு சமூகத்தில் ஏற்பட்ட பல மாற்றங்களின் காரணமாக சிவாசாரியார்கள் தங்கள் ஆகம மடங்களையும் குருத்துவத்தையும் இழந்தார்கள். ஒரு சில பெரிய கோயில்களில் சிவாசாரியார்கள் உரிமையோடு மரியாதை பெற்று விளங்கி இருந்தாலும், பெரும் பான்மையாக, முக்கியமாக கிராமங்களில் வாழ்ந்துவந்த சிவாசாரியார்களின் வாழ்க்கை போராட்டமாகவே இருந்தது. சோழர்கள் காலத்தில் கோயில்களில் தேவரடியார்கள் என்று அழைக்கப்படும் தளிச்சேரிப் பெண்டுகள் அலகிடுதல், திருமெழுக் கிடுதல், மலர் தொடுத்தல், நடனம் ஆடுவது போன்ற பணிகளைச் செய்து வந்தனர். இவர்களுக்கு இக்காலத்தில் மானியங்கள் வழங்கப் பட்டு மரியாதையாக நடத்தப்பட்டனர்.

ஆனால், இடைக்காலத்தில் கோயிலைச் சார்ந்தே வாழ்ந்து வந்த தேவரடியார்கள் கோயில் திருத்தொண்டுகளை கைவிட்டுத் தம் உடல் அழகை விற்றுப் பிழைக்கும் அளவுக்குத் தம் நிலையில் இழிந்து விட்டனர். இதற்குக் காரணம் முஸ்லிம்கள் மன்னர்கள் படையெடுப்புகளினாலும், தமிழகத்து மன்னர்களும், குறுநில மன்னர்களும் விளைத்த குழப்பங்களினாலும், தெலுங்கர், கன்னடியர் செல்வாக்குப் பெற்று வந்ததாலும் தேவரடியார்கட்குச் சோழ பாண்டிய மன்னர்கள் வழங்கி இருந்த நிவந்தங்கள் பறிபோயின. அவர்கள் தம் உடைமைகளை முழுமையாக இழந்து பிழைக்க வேறு வழி இன்மையால் உடலை மூலதனமாக்கி இவ்வாறு பிழைக்க வழியொன்றைத் தேடிக் கொண்டனர் என்கிறார் 'தமிழக வரலாறும் மக்கள் பண்பாடும்' என்ற நூல் ஆசிரியரும் வரலாற்று அறிஞருமான K.K.பிள்ளை அவர்கள்.

கோயிலைச் சார்ந்தே வாழ்ந்து வந்த தேவரடியார்கள் வாழ்க்கை, சோழ பாண்டிய மன்னர்கள் காலத்திற்குப் பிறகு எவ்வாறு மோசமானதோ, அதேபோன்று, கோயிலைச் சார்ந்தே வாழ்ந்து வந்த ஆதிசைவர்களாகிய சிவாசாரியார்கள் வாழ்வு மிகமிக மோச மானதாகியது. தமிழ் அரசர்களாகிய சோழ பாண்டிய மன்னர்கள் தமிழ் அந்தணர்களாகிய ஆதிசைவர்களை மதித்து அவர்களுக்குரிய மரியாதையும் உரிமையும் வழங்கினார்கள். காலப்போக்கில் முஸ்லிம் மன்னர்கள் படையெடுப்பாலும் தெலுங்கு நாய்க்கர்,

மராட்டிய மன்னர்களின் ஆட்சிக் காலங்களிலும் ஆதிசைவர்களுக்கு அளிக்கப்பட்ட நிவந்தங்கள் பறிபோயின. கோயில் கருவறையில் பூஜை செய்யும் தொழிலாளி என்ற நிலையில் குருக்கள் இருந்தனர். இக்காலகட்டத்தில்தான் கோயிலின் ஆகம நெறிகளில் ஸ்மார்த்த நெறிகள் புகுந்தன. இதே காலகட்டத்தில்தான் தங்கள் தனிப்பட்ட வாழ்க்கையில், ஆகமநெறிப்படி வாழ்ந்துவந்த சிவாசாரியார்களின் வாழ்க்கையில் இல்லச் சடங்குகளில் ஸ்மார்த்த நெறி பரவலாக பரவியது.

இதற்குக் காரணம், அக்காலத்தில் கோயிலை ஒட்டிய அக்ரஹாரங்களில் சிவாசாரியார்கள் குடும்பங்கள் ஓரிரு குடும்பங்கள் மட்டுமே வாழ்ந்து வர, மற்ற பிராமணர் குடும்பங்களே பெருமளவில் வசித்துவந்தார்கள். எனவே பெரும்பான்மை பிராமணர்களின் பழக்க வழக்கங்கள், சிறுபான்மை சிவாசாரியார்களின் இல்லங்களிலும் பழக்க வழக்கங்களிலும் பரவின.

இந்நிலையில் 18. 19-ம் நூற்றாண்டுகளில் பிரெஞ்ச், ஆங்கிலேயே ஆட்சி ஏற்பட்ட பின் கோயில்களின் பராமரிப்பு நிர்வாகம் மோசமாகச் சீர்குலைந்தபொழுது கோயிலைச் சார்ந்தே வாழ்ந்த ஆதிசைவர்கள் குருக்கள்களின் வாழ்வும் மிகவும் மோசமானதாக மாறியது. அவர்களது வீடுகளில் வறுமை மிக மோசமாகத் தாண்டவமாடியது. இக்காலகட்டத்தில் அவர்கள் அரிசிக்கும், துணிமணிகளுக்கும் அல்லாடினார்கள் என்பதே உண்மை.

18, 19 - ம் நூற்றாண்டுகளில் ஏற்பட்ட கடுமையான பஞ்சத்தின் காரணமாக, சமூகத்தின் கீழ்நிலையில் உள்ள அனைத்து சமூகமும் எவ்வாறு பாதிக்கப்பட்டதோ அதுபோன்று, ஆதிசைவ சிவாசாரியார் சமூகமும் பொருளாதார நெருக்கடிக்கு உள்ளானது. ஆதிசைவ சிவாசாரியார்கள் சிவபூஜை அதாவது ஆலய பூஜை மட்டுமே செய்யவேண்டும். புரோகிதத் தொழில் செய்யக்கூடாது என்பது ஆகம விதி. அதாவது இல்லங்களில் சென்று சடங்கு செய்யமாட்டார்கள். கோயில்களில் மட்டுமே சடங்கு செய்வார்கள். ஆனால், அப்போது பஞ்சத்தின் காரணமாகவும் கோயில்களின் மூலம் போதிய பொருளாதார வருமானம் இல்லாததாலும் ஆதிசைவ குருக்கள்கள் புரோகிதம் செய்யும் நிலைக்குத் தள்ளப்பட்டார்கள்.

பொதுவாக, சமூகத்தில் ஓர் இல்லத்தில் நடக்கும் விழாவிற்கு சிவபெருமானின் பிரதிநிதியாக குருவாகச் சென்று கோயில் பிரசாதம் கொடுத்து ஆசீர்வதிக்கும் தகுதி நிலையில் இருந்த ஆதிசைவ சிவாச்சாரியார்கள், காலமாற்றத்தின் காரணமாக அங்கே புரோகிதம் செய்து வாழ வேண்டிய நிலைக்குச் சென்றனர். ஆனாலும்கூட,

இக்காலகட்டத்தில் ஆதிசைவ குருக்கள் பெரும்பாலானோர் உலகில் நிகழ்ந்துவரும் மாற்றத்தை உணராமல் நாளை வரப்போகும் நவீன உலகத்தை எதிர்கொள்ளத் தெரியாதவர்களாக அறியாமையிலும் விழிப்புணர்வு இன்றியும் இருந்தார்கள். கடந்த காலங்களில் கோயிலைச் சார்ந்து வாழ்ந்து வந்த மற்ற வேத பிராமணர்களைப் போன்று, இவர்கள் காலமாற்றத்திற்கு ஏற்றவாறு ஆங்கிலக் கல்வி கற்று அரசு உத்யோகத்திற்கோ, வாழ்க்கை உத்திரவாதம் தரக்கூடிய வேறு தொழில் செய்யும் நிலைக்குச் செல்லாமல், வழிவழியாகத் தாங்கள் செய்த சிவபூஜையையே உயிராகவும் உயர்வாகவும் மதித்து கோயிலைச் சார்ந்தே இருந்து வறுமையில் உழன்று வாழ்ந்து வந்தார்கள்.

அதுவும், கிராமங்களில் ஆதிசைவ குருக்கள்கள் ஊருக்கு ஓரிரு குடும்பத்தினரே வாழ்ந்து வந்ததால் அவர்கள் பெரும்பான்மை சமூகத்தின் ஆளுமைக்கு உட்பட்டு வாழவேண்டிய நிலையே இருந்தது. இந்நிலையில், சைவசமயத்தைச் சார்ந்த சைவ வேளாளர்கள், சைவ முதலியார்கள், நாட்டுக்கோட்டை நகரத்தார்கள், கொங்கு கவுண்டர்கள், பிள்ளைமார்கள் போன்ற சைவப் பெருமக்களே ஆதிசைவர்களுக்கு ஆதரவளித்து சிறிதேனும் அவர்கள் வறுமையைப் போக்கும் உதவியும், உரிய மரியாதையும் அளித்து வந்துள்ளார்கள்.

இதற்கெல்லாம் முக்கிய காரணம் தமிழகத்தின் இடைக்காலத்தில் ஆட்சிபுரிந்த மாற்று தேசத்து அரசர்களுக்கும், அரசு நிர்வாகிகளுக்கும், ஆகமவிதிப்படி வழிபாடுகள் செய்யும் ஆதிசைவ சிவாசாரியார்களின் மரபு குறித்த உண்மை வரலாறு தெரிந்திருக்கவில்லை என்பதுதான். ஆகமங்களைப் பற்றிய தெளிவும் அதிகம் இல்லை. மேலும், இடைக்காலத்து நாயக்கர் மன்னர்கள், வைணவ மரபை முக்கியமாக போற்றி வந்ததும் இதற்கொரு முக்கியக் காரணமாகும்.

சமூக கட்டமைப்பில் ஒடுக்கப்பட்ட மக்கள் கீழ்மட்டத்தில் உள்ள அடிமைகளாக ஆக்கப்பட்டதுபோன்று, ஆதிசைவர்கள் மேல் மட்டத்தில் உள்ள அடிமைகளாக மாற்றப்பட்டனர். சமூகத்தில் பெருபான்மையான ஒடுக்கப்பட்ட மக்களுக்கு சொந்த வீடோ, காணி நிலமோ கிடையாது. அதுபோலவே ஆதிசைவ சிவாசாரியார் களுக்கும் சொந்த வீடோ, காணி விவசாய நிலமோ கிடையாது. ஏனெனில், நமது மன்னர்கள் ஆட்சிக் காலத்தில் பிராமணர்களுக்கும், சிவாசாரியார்களுக்கும் இறையிலி நிலங்கள் தானம் அளிக்கப் பட்டன. வேத பிராமணர்களுக்கு அளிக்கப்பட்ட நிலங்கள் அவர்கள் பெயருக்கே உரிமை அளிக்கப்பட்டு தானம் கொடுக்கப்பட்டது (**எ.கா.** வேள்விக்குடி செப்புப் பட்டயம்).

ஆனால், கோயிலில் பணிபுரியும் சிவாசாரியார்களுக்கு 'அர்ச்சனா போகம்' என்றும், 'சிவபிராமணக்காணி' என்றும் அளிக்கப்பட்ட நிலங்களை, சிவாசாரியார்கள் தாங்கள் உரிமை கொண்டாடும் விதத்தில் தானங்களாகப் பெறவில்லை. ஏனெனில், சிவாசாரியார்கள் சிவபெருமானின் வழிவழி அடிமைகள் என்பதால் தானம் தட்சணை என எவற்றையும், நேரிடையாக பெறக் கூடாது. சிவபெருமானிடம் சமர்ப்பித்தபின் அவரது உடமை என்றே பெற்றுக்கொள்ளவேண்டும். இதுவே ஆகம விதி.

இது கடந்த காலத்தில் ஆதிசைவ சிவாசாரியார்கள் கடைப்பிடித்த ஒழுங்கு. எனவே, சிவாசாரியார்கள் தங்களுக்கு என்று மன்னர்கள் வழங்கிய நிலங்களை, தானங்களை தங்கள் பெயரில் உரிமை பெறாமல், சிவபெருமான் பெயராலேயே அதாவது கோயில் பெயரிலேயே பெற்று அனுபவித்து வந்தனர். காலப்போக்கில் ஏற்பட்ட மாற்றத்தில் வேதபிராமணர்களுக்கு வழங்கப்பட்ட நிலங்கள் அவர்களுக்கே உரிமையாகின. எனவே, பிராமணர்களில் பலர் நில உடைமைதாரர்களாக விளங்கினார்கள். ஆனால் சிவாசாரியார் களுக்கு மன்னர்கள் வழங்கிய நிலங்கள் அனைத்தும் கோயில் சொத்துக்களாக்கப்பட்டன. எனவே ஆதிசைவ சிவாசாரியார்கள் காணி நிலத்திற்குக்கூட உரிமையில்லாதவர்களாக வாழ்ந்து வந்தனர். மேலும், இவர்கள் தாங்கள் செய்யும் சிவாலய பூஜையிலேயே ஒன்றி இருந்தமையால் சொத்து சுகம் சேர்க்கும் மனம் இல்லாமல் இக்கால கட்டத்தில் வாழ்ந்து வந்துள்ளார்கள்.

சமூகத்தில் இவர்களுக்கு எந்தளவுக்கு மரியாதை தரப்பட்டது எனில், கோயிலில் குருக்களாக ஆதிக்க பெரும்பான்மை சாதியினர் சொல்வதைக் கேட்டு அதன்படி நடந்துவரும் வரையில் இவர்களுக்கு சாமி என்ற கௌரவம் தரப்படும். ஏதேனும் ஒரு சூழ்நிலையில் கோயில் குருக்கள் உரிமைக் குரல் எழுப்பி தனக்குரிய நிலையைத் தக்கவைக்க முயற்சித்தால் 'ஊருக்கு ஒரு குடி என்றும், அடித்தால் கேட்க ஆளில்லை' என்ற பேச்சுகளும், வசவுகளும் உடனடியாக வந்து சேரும். அதுவும் கிராமங்களில் வாழும் ஆதிசைவ குருக்களுக்கு இத்தகைய அனுபவம் மிக அதிகமாக ஏற்பட்டது.

இந்நிலையில் 20-ம் நூற்றாண்டு தொடக்கத்தில் பிராமணர் - பிராமணர் அல்லாதோர் சர்ச்சை எழுந்த பொழுது அதுவரை ஆதிசைவர்களை ஆதரித்து வந்த மற்ற சமூகத்தவர்களும் ஆதிசைவர் களைக் கைவிட்டனர்.

பிராமணர் - பிராமணர் அல்லாதோர் பிரச்னையை எழுப்பியவர்கள் பிராமணர்களையும் கோயிலில் பணி செய்யும் ஆதிசைவ

குருக்களையும் சமமாக பாவித்து அவர்களை ஏசியும் பேசியும் தாக்கும் நிலை ஏற்பட்டது. இதனால் இவர்கள் வாழ்வு மேலும் அபாய விளிம்பு நிலைக்குத் தள்ளப்பட்டது.

பிராமணரல்லாதார் கட்சி எனப்படும் நீதிக்கட்சி தோன்றுவதற்கு முக்கிய காரணமே பிராமணர்கள் ஆங்கிலேயே ஆட்சியில் உயர் படிப்புகள் படித்து அதனால் பெரும்பாலான பிராமணர்கள் உயர் பதவிகளுக்குச் செல்வதும், தவிர பிராமணர்கள் எல்லாத் துறைகளிலும் ஏற்றம் பெற்றிருப்பதும், கண்டுதான் ஏனைய சமூகத்தவர்கள் தாங்களும் அரசு, அரசு துறைகளில் உரிய இடம்பெற வேண்டும் என்ற கோரிக்கையின் அடிப்படையிலேயே பிராமணரல்லாதார் இயக்கம் தோன்றியது. அதற்குரிய பிரச்சாரங்கள் செய்யப்பட்டன. ஆனால் உண்மை என்னவென்றால் நிஜத்தில் எந்தவொரு ஆதிசைவ குருக்களும் அக்கால கட்டத்தில் ஆங்கில கல்வியும் கற்கவில்லை. எந்த ஓர் அரசு உயர் பதவிகளுக்கும் செல்லவில்லை. அதிக நிலபுலன்களுக்கு உரிய செல்வந்தர் களாகவும் அவர்கள் வாழவில்லை.

அக்காலக் கட்டத்தில் ஆதிசைவ குருக்கள்கள் அனைவரும் சிவாலயங்களில் பூஜை செய்துகொண்டு ஏழ்மையிலும், வறுமையிலும் மற்ற எளிய பாமர மக்களைப்போலவே விழிப்புணர் வின்றியே வாழ்ந்துவந்தார்கள். ஆனால் கோயில்களில் பூஜை செய்து வந்த ஆதிசைவ குருக்கள்கள் மற்ற பிராமணர்களைப் போன்று உருவத்திலும், உடையிலும் ஒன்றுபோல் காணப்பட்டதால் இந்த பிராமணரல்லாதார் இயக்கம் தமிழ் அந்தணர்களாகிய ஆதிசைவ குருக்களையும் இகழ்ந்தும், தூற்றியும் பேசிவந்தனர்.

இதற்குக் காரணம் நீதிக்கட்சியைத் தோற்றுவித்தவர்களில் யாரும் தமிழர் இல்லை. நீதிக்கட்சி கொள்கைகளை பிரச்சாரம் செய்தவர் களிலும் பெரும்பான்மையோர் தமிழர்கள் அல்ல. எனவே, இவர்கள் தமிழ் அந்தணர்களாகிய ஆதிசைவ குருக்களை பிரித்துப் பார்க்காமல் எல்லோருமே வடநாட்டிலிருந்து வந்த ஆரிய பிராமணர்கள் என்று எண்ணி அனைவரையுமே இகழ்ந்து பேசிவந்தார்கள். தமிழ் அந்தணர்களாகிய 'கோயில் பணிசெய்யும் ஆதிசைவ குருக்கள்' என்பவர் வேறு, 'பிராமணர்' என்பவர்கள் வேறு என்ற தெளிவும், இந்த பிராமணர்களே அரசின் உயர் பதவிகளில் இருந்தார்கள் என்றும் மிகப்பெரும் நிலப்புலன்களுக்கு சொந்தக்காரர்களாக விளங்கினார்கள் என்றும் பிரித்துப்பார்க்கும் தன்மை இல்லாததனால் பிராமணரல்லாதோர் இயக்கம் தொடங்கப்பட்ட காலத்திலும், பின் சுயமரியாதை இயக்கமாக மாறிய காலத்திலும் கோயிலில் பணிசெய்யும் ஆதிசைவ குருக்கள்களே தாக்குதல் முதல் அனைத்து நிலைகளிலும் பாதிக்கப்பட்டனர்.

ஆரம்ப காலங்களில் கோயிலில் பணிசெய்யும் ஆதிசைவ சிவாசாரியார்களும், மற்ற பிராமணர்களும் வேறுபட்டே வாழ்ந்து வந்தார்கள். குறிப்பாக 19ம் நூற்றாண்டில் கோயிலை மையமாக வைத்து இவர்கள் இருதரப்பினர்களுக்குள்ளும் பூசல்கள் பல நடைபெற்றன. கோயில்களில் ஆதிசைவர்கள், 'ஆகமமே விதியே பிரதானம்' என்று முழக்கமிட, மற்ற பிராமணர்கள், 'வேத வழி ஸ்ருதிகளே பிரதானம்' என்று முழக்கமிட்டனர். இந்தவகையாக பல சச்சரவுகள் இவர்களிடையே ஏற்பட்டன.

19-ம் நூற்றாண்டின் இறுதிக் காலங்களில் சிவாசாரியார்களுக்கும் ஏகன்மவாத கொள்கையைக் கடைப்பிடிக்கும் பிராமணர்களுக்கும் இடையே ஏற்பட்ட சச்சரவுகள் பல கண்டன நூல்களில் எழுந்தன. இதில் சிவாசாரியார்களுக்கு ஆதரவாக **'சூளை சோமசுந்தர நாயகர்', 'கதிரை வேற்பிள்ளை'** போன்ற பல சைவ பெரியோர்கள் செயல்பட்டு பிரச்சாரங்கள் செய்து சிறு சிறு நூல்களும் வெளியிட்டுள்ளனர்.

இந்நிலையில் 20-ம் நூற்றாண்டு தொடக்கத்தில் ஏற்பட்ட இந்த பிராமணர் - பிராமணரல்லாதோர் போராட்டமே, அதுநாள்வரை பல்வேறு பூசல்கள், சச்சரவுகளால் வேறுபட்டு நின்றிருந்த ஆதிசைவ குருக்களையும் மற்ற பிராமணர்களையும் ஒன்றிணைத்தது. சுயமரியாதை இயக்கத்தினரும் பிராமணர்களை எதிர்க்கின்றோம் என்ற பெயரில் கோயில் பணிசெய்யும் தமிழ் அந்தணர்களாகிய ஆதிசைவ குருக்கள்களை எதிர்த்து பல கொடுமைகள் இழைத்ததால் இக்காலத்தில் இயற்கையாகவே மற்ற பிராமணர்களோடு சிவாசாரியார் கள் ஒன்றிணைந்து செயல்படக்கூடிய நிலைக்கு வந்தனர்.

இன்றைக்கு அனைத்து நிலைகளிலும், அனைத்துத் தளங்களிலும் பிராமணர்களே சிவாசாரியார்களுக்கு பல உதவிகளைச் செய்து பாதுகாப்பாக இருந்து வருகிறார்கள் என்பதே மறுக்கமுடியாத உண்மையாகும்.

பின்பு ஆட்சிக்கு வந்த திராவிடக் கட்சிகளும் தமிழ் நிலத்துக்கேயுரிய தமிழ் அந்தணர்களாகிய ஆதிசைவ குருக்கள்களின் உண்மை வரலாற்றை அறியாமல், அவர்களையும் மற்ற பிராமணர்களுக்குச் சமமாக வைத்து 'முற்பட்டவகுப்பினர்' என்ற பட்டியலில் சேர்த்தனர்.

அதுவரை ஒடுக்கப்பட்ட, மற்ற சமூகத்து மக்கள் ஏதோ ஒரு வகையில் அரசின் சலுகைகளைப் பெற்று முன்னேறியபொழுது அந்த ஒடுக்கப்பட்ட மக்களோடு மக்களாக ஊருக்கு ஒரு குடும்பம் இரு குடும்பம் என்று சிறுபான்மையினராக வாழ்ந்து வந்த ஆதிசைவ குருக்கள், முற்பட்ட வகுப்பினர் பட்டியலில் சேர்க்கப்பட்டதால், எந்த வகையிலும் முன்னேற முடியாமலும் அரசின் சலுகைகளை

பெறும் தகுதியில்லாமலும் கல்வி, வேலைவாய்ப்பு, பொருளாதாரம் என அனைத்து வகையிலும் பின்தங்கியே உள்ளனர்.

ஒரு கிராமத்தில் ஆங்கிலக்கல்வி கற்று, அரசு உத்யோகத்திலோ (அ) உயர்ந்த பதவியிலோ (அ) பல நிலபுலன்களுக்கும் உரிமையுடைய வராகத் திகழும் பிராமணரும் முற்பட்ட வகுப்பினர். அதே கிராமத்தில் கோயில் பூஜையை மட்டுமே நம்பி அந்த வருமானத்தில் வாழும் காணி நிலம்கூட சொந்தம் இல்லாத ஆதிசைவ குருக்களும் முற்பட்ட வகுப்பினர் என்பதே தற்சமயம் நமது அரசின் நிலைப் பாடாக உள்ளது. தங்களின் நிலையை, உரிமையை அரசின் கவனத்திற்குக் கொண்டு செல்லும் திராணியற்றவர்களாக விழிப்புணர்வு இல்லாதவர் களாகவே ஆதிசைவர்கள் உள்ளனர்.

இவ்வாறு சங்ககாலம் முதல், பல்லவர்கள் காலத்திலும் நாயன்மார்கள் காலத்திலும் சோழர்கள், பாண்டிய மன்னர்கள் காலத்திலும் சிறப்போடும் பெருமையோடும் உரிமையோடும் வாழ்ந்துவந்த தமிழ் அந்தணர்களாகிய ஆதிசைவர்கள் 14-ம் நூற்றாண்டில் ஏற்பட்ட முஸ்லிம் படையெடுப்பில் இருந்தும், அதன் பின் ஏற்பட்ட மாற்று தேசத்து அரசர்கள் ஆட்சி, ஆங்கிலேயர் ஆட்சி என இந்த 20-ம் நூற்றாண்டுவரை சுமார் 500 வருடங்களில் பல தளங்களில், பல நிலைகளில் தங்கள் உரிமைகளை பெருமைகளை இழந்து தங்கள் தனித்தன்மையை தனித்துவத்தை இழந்து அடையாளமற்றவர்களாக, வரலாறு தெரியாதவர்களாக, சோழர்களுக்கே ராஜகுருவாக இருந்த ஆதிசைவ சிவாசாரியார்கள் இன்று அரசில், அரசாங்கத்தில், சமூகத்தில் என எதிலும் பிரதிநிதித்துவம் இல்லாத ஒடுக்கப்பட்டவர் களாகவே இன்றுவரை வாழ்ந்து வருகிறார்கள் என்பதுதான் துயரநிலை.

பொதுநலன் வேண்டி பூஜை புரிந்திடும் ஆதிசைவர்கள்

ஆதிசைவ சிவாசாரியார்கள் பிறர்நல வழிபாடும் செய்யும் மரபுடையவர்கள். ஆதிசைவர்களின் அடிப்படை நூலாகிய ஆகமம் ஆலயத்தை மையமாகக் கொண்டது. ஆலயம் பொதுமக்களின் நலன் பொருட்டும், உலக நலன் பொருட்டும் வழிபாடுகள் செய்யும் இடமாகும். ஆதிசைவ சிவாசாரியார்கள் தாங்கள் செய்யும் ஆகம பூஜையில் மக்கள் நலன், உலக நலன் கூறியே அதற்கு முக்கியத்துவம் தந்தே பிரார்த்தனை செய்வார்கள். எனவே, ஆதிசைவ சிவாசாரியார் களின் வாழ்க்கை பொதுநலன், உலக நலன் பொருட்டு வாழ்ந்த வாழ்வாக உள்ளது.

16. நிகழ்காலத்தில் ஆதிசைவர்கள்

தமிழக வரலாற்றில் 14-ம் நூற்றாண்டு முதல் படிப்படியாக பல உரிமைகளையும் சிறப்புகளையும் இழந்த ஆதிசைவ சமூகம், வறுமையிலும் துன்பத்திலும் வதைபட்ட சமூகமாகும். ஆனால், காலமாற்றத்தால் இன்றைக்கு சமூகத்தில் உள்ள ஒடுக்கப்பட்ட மக்கள் அனைவரும் பொருளாதார ரீதியாக ஓரளவு முன்னேறி வருவது போன்று, ஆதிசைவ சமூகமும் இந்த 21-ம் நூற்றாண்டு தொடக்கம் முதல் ஓரளவு பொருளாதார ரீதியாக முன்னேறி வருகிறார்கள்.

கிராமங்களில் சிவாலய பூஜை செய்து வசித்து வந்த ஆதிசைவ குருக்கள்களில் சிலர், வறுமையின் காரணமாகவும் பொருளாதாரத் தேவையின் காரணமாகவும் தங்களின் உயிரினும் மேலாக மதித்துப் பூஜை செய்து வந்த கிராம சிவாலய பூஜைகளை விடுத்து, நகர்புறம் நோக்கிச் செல்லும் சூழ்நிலை உள்ளது. அதே சமயத்தில் இன்றைக்கும் கிராமங்களில் வாழும் பல ஆதிசைவர்கள் கடுமையான சோதனைகளைத் தாண்டியும் தங்கள் விடாத சிவாலயப்பற்று, உறுதியின் காரணமாக சைவசமயத்தைக் கட்டிக்காத்தும், கிராம சிவாலய பூஜைகளை தங்களால் இயன்ற அளவிற்கு, குறைந்த வருமானத்தைக் கொண்டு எவ்விதமான விடுமுறை இன்றியும் செயல்பட்டு வருகிறார்கள். எப்பேர்ப்பட்ட சூழலிலும் புயல், வெள்ளம், ஆகிய நிலைகளில்கூட தங்கள் ஆலய பூஜையை விடாது நடத்திக்கொண்டு வறுமையிலும், சோதனைகளிலும், போராடிக் கொண்டுதான் வாழ்ந்து வருகிறார்கள் என்பதும் மறுக்கமுடியாத உண்மையாகும்.

இன்றைக்கு எவ்வித வருமானமின்றியும், ஆதரவு இல்லாமலும் உள்ள ஒரு சிவாலயத்தில், ஒரு கால பூஜையாவது சிறந்த முறையில் நடைபெறவேண்டும் என்று கங்கணம் கட்டிக்கொண்டு செயல்படும் குடும்பம் ஒன்று இருக்கிறது என்றால், அது ஆதிசைவ குருக்கள் குடும்பமாகத்தான் இருக்கமுடியும். ஏனெனில் சிவ பூஜைக்காகவே சிவபெருமானால் ஆதிசைவர்கள் தோற்றுவிக்கப்பட்டவர்கள் என்பதால், ஆதிசைவர்களின் எண்ணம், சிந்தனை, செயல், மூளை, ரத்தம், தசை, நார், எலும்பு என அனைத்திலும் சிவபூஜை பற்றிய செயல்கள் அவர்கள் சிந்தனைக்கு உணர்வுகளுக்கு அப்பாற்பட்டு அவர்களுடைய உயிர்கூறுகளில் (ஜீன்களில்) உள்ளதால், சிவாலய பூஜை என்பது ஆதிசைவர்களின், ஆதிசைவ குடும்பங்களின் உயிர் மூச்சாகும்.

இன்றைக்கும், சிவாலயத்தில் பூஜை செய்து வரும் ஆதிசைவர், குறிப்பாக கிராமத்தில் வாழும் ஆதிசைவ சிவாசாரியார்கள்தாம் பூஜை செய்யும் கோயிலில் வருமானம் போதவில்லை என்ற காரணத்திற்காக மட்டுமே பூஜை செய்வதை நிறுத்தியதாக சரித்திரமே இல்லை. வருமானம் போதவில்லை, வறுமையைப் போக்க முடியவில்லையே என்ற குறை ஒருபக்கம் இருந்தாலும், பல தலைமுறைகளாக நமது பாட்டன், பூட்டன் பூஜைசெய்த இந்த சிவபெருமான், நமது சிவபெருமான் என்ற உணர்வின் காரணமாக ஒருவேளை பூஜையாவது செய்ய வேண்டும் என்று உறுதிகொண்டு அவர்கள் செயல்பட்டு வருகிறார்கள்.

ஆனால், இன்று ஆலயத்தில் பூஜை செய்யும் ஆதிசைவ குருக்களை அறநிலையத்துறை அதிகாரிகளும், அறங் காவலர்களும் பெரும் பான்மை சாதியுள்ள சமூக மக்களும் ஓர் அடிமையைப் போல நடத்துகின்ற சூழ்நிலையே உள்ளது. அதிலும் கிராமத்தில் வாழும் ஆதிசைவ குருக்களின் நிலை மிக மிக மோசமானதாக உள்ளது.

இந்நிலையில் ஓர் ஆதிசைவ குருக்கள் தனக்கு ஏற்பட்ட அவமானத்தின் காரணமாகவும், அவமரியாதையின் காரணமாகவும், ஆதரவு இல்லாமையின் காரணமுமாகத்தான் தங்கள் உயிரினும் மேலாகக் கருதிச் செய்துவந்த சிவாலய பூஜையை விடுத்து நகரங்களை நோக்கியோ (அல்லது) மற்ற இடங்களுக்கோ செல்கிறார்கள் என்பதே கசப்பான உண்மையாகும்.

இன்றைக்கு எல்லாத் தரப்பு மக்களும், சமூகமும் பொருளாதாரத் தேவையை நோக்கி ஓடிக்கொண்டிருக்க, வெளி இடத்திற்குச் சென்றால் தங்கள் பொருளாதார நிலையை உயர்த்திக் கொள்ளமுடியும் என்ற வாய்ப்பிருந்தும், 'பல தலைமுறைகளாக பூஜை செய்துவந்த நமது இறைவன் சிவபெருமானை விட்டுப் பிரியக்கூடாது' என்ற உறுதி படைத்த மனத்தோடு, வறுமையிலும் போதிய வசதிகள்

இல்லாமலும் கிராமத்தில் ஒரு குடும்பம் வாழ்கின்றது என்றால் அது ஆதிசைவ குருக்கள் குடும்பமாகத்தான் இருக்கமுடியும்.

ஏனெனில், ஆதிசைவர்கள் எல்லாம் புகழ்த்துணை நாயனார் வம்சத்தில் வந்தவர்கள். அன்று, கி.பி.5-ம் நூற்றாண்டில் எவ்வாறு தமிழகத்தின் இருண்டகாலமாகிய களப்பிரர் ஆட்சியில் பஞ்ச காலத்திலும், பட்டினியிலும், உடல்நிலை தளர்ந்தபொழுதும் தன்னால் முடியாத நிலையிலும் ஒரு குடம் நீரை சிவபெருமான் சிரசில் ஊற்றி எவ்வாறு புகழ்த்துணை நாயனார் சிவபூஜை செய்தாரோ அதேபோன்று இன்றைக்கும் பல ஆதிசைவர்கள் தங்களுக்கு ஆகமம் தெரிந்தாலும், தெரியாவிட்டாலும் சாஸ்திரம் அறிந்தாலும் அறியாவிட்டாலும் வறுமைக்கு இடையில் ஒரு குடம் நீரைவிட்டு தங்கள் மனம் அறிந்தவரையில் உன்னதமாக பூஜை செய்து வருகிறார்கள். வயதான காலத்திலும், தள்ளாமையிலும், பார்வை மங்கிய நிலையிலும் உணர்வின் காரணமாக பூஜை செய்து வரும் ஆதிசைவ பெரியவர்கள் பலர் இன்றும் உள்ளனர்.

ஆனால் இந்த சமூகம் அவர்களை அடையாளங்கண்டு அவர்களுக்குரிய அங்கீகாரத்தையும், ஆதரவையும் தராததால் மனம் வெறுத்து ஒதுங்கியவர்கள் பலர். விரக்தியில் விலகியவர்கள் பலர். அவமானத்தால் ஊரைவிட்டே சென்றவர்கள் பலர்.

பாரத இந்தியாவில் பண்பாட்டின், ஆன்மிகத்தின் சொர்க்கமாக விளங்கக் கூடிய இடம் தமிழகமாகும். தமிழகத்தின் சிறப்பே நெடிதுயர்ந்த கோபுரங் களைக் கொண்ட கோயில்களும் வழிபாடுகளும்தான். தமிழகத்தில் செய்யக்கூடிய வழிபாட்டு முறைகளே தத்துவம் நிறைந்ததாகவும், பார்ப்பதற்கு இனிமை நிறைந்ததாகவும், ரசிக்கும்படியாகவும் உள்ளது என்று பல தத்துவ அறிஞர்கள் புகழ்ந்து கூறியுள்ளனர்.

தமிழகத்திற்கு பெருமை சேர்க்கக்கூடியது ஆன்மிகமும், பண்பாடு கலாச்சாரமும் ஆகும். அந்த ஆன்மிக பண்பாடு கலாச்சாரத்திற்கு அடிப்படியாக இருப்பவை கோயில்களும், வழிபாடுகளும் ஆகும். இவ்வாறு, தமிழகத்திற்கே சிறப்பு சேர்க்கும் கோயில்களையும், வழிபாட்டு முறைகளையும் பல நூற்றாண்டுகளாக காப்பாற்றி வந்த பெருமையும், புகழும் ஆதிசைவ சிவாசார்யாரிகளுக்கே உரியதாகும்.

அதேபோல், சைவசமயத்தின் ஞானநூல்களாக விளங்கும் பழைமையான ஆகமங்களை அதன் வடிவம் மாறாமலும், சிதைந்துவிடாமலும் தங்கள் சக்திக்குட்பட்டு அரசின் ஆதரவு இல்லாமலேயே செம்மைப்படுத்தி இன்றுவரை பாதுகாத்துவருவது ஆதிசைவ சிவாசார்யார்களே ஆகும்.

கடந்த காலங்களில் நடைபெற்ற முஸ்லிம்கள் படையெடுப்பு காலங்களிலும் 18, 19-ம் நூற்றாண்டுகளில் பெரும் பஞ்சம் ஏற்பட்ட

காலங்களிலும், மற்ற பொதுமக்கள் கோயில்கள் பக்கமே வர அஞ்சிய காலகட்டத்திலும்கூட, தங்கள் வாழ்வாதாரத்திற்கே போராடிய நிலையிலும்கூட, அந்தந்த கோயில்களில் பூஜை செய்து வந்த ஆதிசைவ குருக்கள்களே தங்களால் இயன்ற அளவு அக்கோயில்கள் பாழடைந்து விடாத வகையில் கோயில்களை காப்பாற்றியும், சுத்தம் செய்தும், தீபம் ஏற்றியும் தங்களிடம் உள்ள பொருள்களை கொண்டு படையலிட்டும், கோயில்களில் உள்ள சுவாமி உருவங்களை உயிரைபோல பாதுகாத்தும் என பல தியாகங்களை கடந்த காலத்தில் செய்து பாதுகாத்து வந்துள்ளதால்தான் இன்று பல கோயில்கள் புகழ்பெற்று விளங்குகின்றன.

முஸ்லிம்கள் படையெடுப்பின்பொழுது மதுரை கோயிலில் பூஜை செய்து வந்த ஆதிசைவ சிவாசாரியார்கள்தான் மூலவர் திருமேனியை சுமார் 50 வருடங்களுக்கு மேல் பாதுகாத்துவந்தனர் என்பதையும், சிதம்பரம் நடராஜர் திருவுருவத்தை நடராஜரை பூஜித்த வந்த தில்லைவாழ் அந்தணர்கள்தான் சுமார் 35 வருடங்கள் பாதுகாத்தனர் என்பதும் இங்கே நினைவில் கொள்ளவேண்டும்.

இவ்வாறு போர்க் காலங்களிலும், பஞ்ச காலத்திலும் பல கோயில் களை அந்தந்தக் கோயில்களில் பூஜைசெய்து வந்த ஆதிசைவ குருக்கள்களே பல இன்னல்களுக்கு நடுவில் தங்களால் இயன்ற அளவு வழிபாடுகளை செய்து பாதுகாத்துவந்தனர் என்பதே வரலாற்று உண்மையாகும். எத்தனை வறுமையிலும் தெய்வப்பணி செய்தவர்கள் ஆதிசைவர்களே. என்னதான் துன்பம் வந்தபோதிலும் தெய்வத்தை மறவாத மரபு ஒன்று உண்டு என்றால் அது சிவாசாரியார் மரபேயாகும்.

இன்று ஒரு திருக்கோயில் புகழ்பெற்று விளங்குகிறது என்றால் அதற்கு மிக முக்கிய காரணம் அங்கே அந்த இறைவனுக்கு பூஜை செய்துவரும் ஆதிசைவ சிவாசாரியாரே ஆவார். ஒரு கோயிலில் இறைவனுக்கு பூஜை செய்யும் ஆதிசைவ சிவாசாரியார் தனது உன்னதமான பாவனையாலும், தனது மந்திர சக்தியாலும், தன்னலம் பாராத தியாகத்தாலும் உழைப்பாலும், அங்கு வரக்கூடிய பக்தர்களின் கோரிக்கைகளுக்கு ஏற்ப செயல்படுவதாலும்தான், ஒரு கோயில் புகழ்பெற்று விளங்குகிறது.

ஆகமங்கள், 'ஒரு கோயிலில் உள்ள இறைதிருமேனி மூன்று காரணங்களால் இறைசக்தி கொண்டு தெய்வத் தன்மையை அடைகின்றது' என்று கூறுகின்றன. அவை,

'அர்சகஸ்ய ப்ரபாவேந
அர்சநஸ்யாதி சாயநாத்
ஆபிருப்யாச்ச பிம்பாநாம்
சிலாபவதி தேவகி'

அதாவது, 'பூஜை செய்யும் அர்ச்சகருடைய மனோ பாவனையாலும், அர்ச்சனையின் சிறப்பாலும், விக்ரகத்தின் அழகினாலும் இறைத்திருமேனி தெய்வத்தன்மை அடைகிறது' என்று ஆகமங்கள் கூறுகின்றன. இதில் அர்ச்சகர் தனது பாவனையாலும், தான் செய்யும் ஆகம அர்ச்சனை வழிபாடுகளினாலும் இறைவனின் உயிர்சக்தி அதிகமாகின்றது என்பதை இதன் மூலம் உணரமுடியும்.

மேலும், 'அர்சகஸ்ய தபோயோகத் தேவ சாந்நித்ய மருச்தி'. அதாவது அர்ச்சகனின் தவ வலிமையே இறைவனது ஸாந்நித்யம் (உயிர்சக்தி) நிலைபெறுவதற்கும் அதிகமாவதற்கும் காரணம் என்று ஆகமம் கூறுகின்றது.

இந்த வகையில் ஒவ்வொரு கோயிலும் புகழ் பெறுவதற்குக் காரணம், பக்தர்கள் பெருமளவில் வருவதேயாகும். பக்தர்கள் பெருமளவில் வருவதற்குக் காரணம் அந்த கோயில் தெய்வங்களின் இறைத்தன்மை அதிகமாவதேயாகும். கோயிலில் உள்ள தெய்வங்களின் இறைத்தன்மை அதிகமாகக் காரணம் அங்கு பூஜை செய்யும் அர்ச்சகரின் உன்னதமான பாவனையும், அர்ச்சனை வழிபாடுகளைச் செய்யும் பாங்கே ஆகும். அந்த வகையில், ஒரு கோயில் எவ்வளவு பெரியதாகக் கட்டப் பட்டாலும், அந்த கோயிலில் பக்தர்கள் வருகைக்கும் புகழ் பெறுவதற்கும் அங்கு பூஜை செய்து வரும் ஆதிசைவ அர்ச்சகரின் பங்கு மிக முக்கியமானதாகும்.

ஆனால், இன்று என்ன நடைபெற்றுக்கொண்டிருக்கிறது. ஓர் ஆதிசைவ குருக்கள் தனது தவவலிமையாலும் மந்திர சக்தியாலும், ஆன்ம பாவனையாலும் சிறந்த முறையில் பூஜித்து, அங்கு வரும் பக்தர்களுக்கு உரிய முறையில் வழிபாடுகளைச் செய்துதந்து அந்த கோயிலை இறைத்தன்மையுடையதாக, தெய்வ ஸாநித்யம் உடையதாக தனது தொண்டாலும் உழைப்பாலும் கொண்டுவருவார். அதுவரை அந்த கோயில் பக்கமே வராத அரசும், ஆட்சியாளர்களும், பக்தர்களின் வருகையின் காரணமாக வரும் வருமானத்தைக் கணக்கில் கொண்டு முதலில் உள்ளூர் பிரமுகர் ஒருவரை அறங்காவலராக நியமிப்பார்கள். பின் அரசும் அறநிலையத்துறை அதிகாரியை நியமித்து அந்தக் கோயிலில் அதிகாரத்தைச் செலுத்தும். ஆதிசைவர் கள் சிவ பெருமானுக்கு மட்டுமே அடிமையானவர்கள் என்பதால் தான், இவர்களுக்கு **'அகத்தடிமை திருத்தொண்டர்'** என்று பெயர் பெற்றார்கள். ஆனால், இவர்கள் இன்றைக்கு சிவபெருமானுக்கு மட்டுமல்லாமல் சிவன் ஆலயத்தை நிர்வகிக்கும் அறங்காவலருக்கும், அதிகாரிக்கும் அடிபணிய வேண்டிய அடிமை என்ற நிலைக்கு தள்ளப்பட்டுள்ளனர்.

அதேபோல், ஆதிசைவர்களின் கரம் சிவபெருமானை மட்டுமே வணங்கும் என்பதால்தான் **'கரம் தளரா சைவன்'** என்று பெயர் பெற்றார்கள். ஆனால், இவர்கள், இன்றைக்கு அறங்காவலருக்கும், அதிகாரிக்கும் கும்பிடு போடும் அவல நிலைக்கு தள்ளப்பட்டு உள்ளார்கள். அந்த அறங்காவலரும், அதிகாரியும் தங்கள் அதிகாரத்தைக் கொண்டு அந்த கோயில் புகழ்பெற மூலக் காரணமாக இருந்த ஆதிசைவ குருக்களை அடிமைபோல் நடத்துவார்கள். வழிபாடு விஷயங்களில் தலையிட்டு பூஜைகளைக் கூட்டியும், குறைத்தும் நடத்தக்கூறி பல ஆகம விதி சம்பிரதாயங்களில் தலையிடு வார்கள். ஆகம விதிகளை எடுத்துக்காட்டி அந்த கோயிலில் பூஜை செய்யும் குருக்கள் ஏதேனும் எதிர்ப்பு தெரிவித்தால், உடனே அந்த அறங்காவலரும் அதிகாரியும் தங்கள் அரசாங்க பலத்தைக்கொண்டு மிரட்டல் விடுப்பார்கள்.

ஆகமம் அறிந்த, தர்ம சிந்தனைக்கொண்ட, பூஜைகளை சரிவரச் செய்யவேண்டும் என்ற சிந்தனை உள்ள ஒரு குருக்கள், ஒன்று தன்னுடைய வெட்கம், மானம் இவைகளை விட்டுவிட்டு பூஜைப் பணியைத் தொடர வேண்டும். அல்லது தான்அதுவரை செய்து வந்த பூஜையை விட்டுவிட்டு வெளியே வந்து விட வேண்டும். இதுதான் இன்று ஒவ்வொரு ஆதிசைவ குருக்களின் நிலைமையாகும், அந்த கோயில் அறங்காவலரும், அதிகாரியும் தாங்கள் கூறும் பேச்சை கேட்டு அடிமைபோல் எதிர்த்து கேள்வி கேட்காத ஓர் ஆதிசைவ குருக்களைக் அக்கோயிலில் பணியமர்த்தி பூஜை பணியை தொடரச் செய்வார்கள். தமிழகத்தில் இன்று பல பெரிய திருக்கோயில்களில் இதுதான் யதார்த்த உண்மை நிலையாகும்.

கடந்த காலங்களில் தமிழகம் முழுவதும் பல குருக்கள்கள் தங்கள் உண்மையான தொண்டினாலும், பூஜா பலத்தாலும் பல கோயில் களை முன்னேறச் செய்துள்ளனர். இன்று புகழ்பெற்று விளங்கக் கூடிய, வருமானம் வரக்கூடிய பல பெரிய கோயில்களின் கடந்த கால வரலாற்றை, உண்மை மனதோடு ஆராய்ந்தால் அங்கெல்லாம் எந்தப் பிரதிபலனும் எதிர்பாராமல் மனத்துக்கு உண்மையாக தொண்டு செய்த ஓர் ஆதிசைவ குருக்களை காணமுடியும்.

ஆனால், இந்த உண்மைகளையும், உணர்வுகளையும் அறியாத அரசும், அதிகாரிகளும் கோயில்களில் பூஜை செய்யக்கூடிய குருக்கள் களை அடிமைபோல் நடத்துகிறார்கள்.

ஒரு மலைவாழ் பிரதேசத்தில் வாழக்கூடிய மலைவாழ் மக்களுக்கு என்று தனிவாழ்க்கை முறை, தனி பழக்க வழக்கங்கள் உள்ளன. அந்த மலைப்பிரதேசத்தையும் காடுகளையும் அவர்கள் நேசிக்கும் விதம், பழகும்விதம் போன்றவற்றை, நகரத்தில் வாழும் மக்களோ,

காட்டிலாகா அதிகாரிகளோ புரிந்துகொள்ள முடியாது. உணர்ந்து கொள்ளவும் தெரியாது. ஆனால், வெறுமனே காடுகள் மலைகளைப் பற்றி பாடப் புத்தகத்தில் படித்துவிட்டு தேர்வு எழுதி வரும் இந்த காட்டிலாகா அதிகாரிகள் வனங்களை, மலைகளைப் பாதுகாக்கின்றோம் என்ற பெயரில் அந்த மலைவாழ் மக்களின், உரிமைகளை உணர்வுகளை சிதைத்து சித்ரவதை செய்கிறார்கள். அதுபோலவே, கோயிலில் பூஜை செய்யக்கூடிய ஆதிசைவ குருக்கள்களை ஆகம சாஸ்திரம் அறியாத, கோயில்களின் கடந்தகால வரலாறுகளை உணராத, கோயிலுக்கும் குருக்கள்களுக்கும் உள்ள ஆத்மார்த்தமான உணர்வை அறிந்துகொள்ள முடியாத அறநிலையத்துறை அதிகாரிகளும், அறங்காவலர்களும் கோயிலை நிர்வாகம் செய்கின்றோம் என்ற பெயரில், கோயில் குருக்களுக்கு என்று இருந்த பல தனித்துவம் மிக்க சிறப்பு உரிமைகளை எல்லாம் பறித்து அவர்களை சாதாரண பணியாளர்கள் என்ற நிலையில்தான் வைத்துள்ளார்கள்.

ஆகமங்களும், தேவார திருமுறைகளும், புராணங்களும், கடந்த கால சைவ சமய வரலாறுகளும் திருக்கோயில்களில் பூஜை செய்து வரும் ஆதிசைவர்களாகிய சிவாசாரியார்களை, அகம்படித் தொண்டர் என்றும், வழிவழி அடிமை செய்பவர்கள் என்றும், சைவ சமய குருமார்கள் என்றும், சிவபெருமானின் பிரதிநிதிகள் என்றும் பலவாறு முக்கியத்துவம் கொடுத்து போற்றுகின்றன.

ஆனால், இன்றைய மதச்சார்பற்ற அரசுகள், கோயில் சிவாசாரியார் களை திருக்கோயில் பணியாளர்கள் என்று கூறி அவர்களை ஒரு சாதாரண சராசரி தொழிலாளியாகத்தான் வரன்முறை செய்துள்ளது. மடாதிபதிகளுக்கும், ஆதினங்களுக்கும் இணையாக மதிக்கப்பட வேண்டியவர்களை வெறும் கூலிக்கு மாரடிப்பவர்களாக மாற்றிவைத்துள்ளது அரசும் சமூகமும்.

இனியாவது, அரசும், அரசு நிர்வாகமும் சிவாசாரியார்களின் உண்மை வரலாற்றை அறிந்து, அங்கீகரித்து அவர்களுக்குரிய விசேஷ உரிமை களை கோயில்களில் வழங்க வேண்டும். சிவபெருமானின் அணுக்கத் தொண்டர்களாகிய சிவாசாரியார்களை திருக்கோயில் சம்மந்தமான, சமயச் சார்பான நடவடிக்கைகளில் முதன்மையான பிரதி நிதித்துவத்தை தந்திட அரசு முனைந்திட வேண்டும். சோழர்கள் காலத்தில் இருந்ததுபோல் ஒவ்வொரு கோயில் நிர்வாக குழுவிலும் சிவாசாரியார்கள் உறுப்பினராக இருந்திட வழிவகை செய்திடல் வேண்டும். அதற்குத் தகுந்தாற்போல் சிவாசாரியார்களும் மேலும் தங்கள் தகுதியை மேம்படுத்திக் கொள்ள வேண்டும்.

காடுகளில் மலையில் வாழும் மலைவாழ் மக்களுக்கு, அவர்களுக் கென்று தனிப்பட்ட சில உரிமைகளையும், சலுகைகளையும் அரசுகள்

அறிவித்துள்ளன. அதுபோல், கோயில்களையே சார்ந்து வாழ்ந்து, கோயில்களோடு உணர்வுரீதியாக கலந்து பழகியும், கோயில் வழிபாட்டு முறைகளை பலநூறு ஆண்டுகளாக பல நெருக்கடியான காலகட்டங்களிலும் பாதுகாத்துவந்தும், தமிழகத்தின் ஆன்மிக கலாச்சாரத்திற்கு பெருமை சேர்த்து தொண்டு செய்து கோயில்களில் பூஜை செய்து வரும் ஆதிசைவர்களாகிய சிவாசாரியார்களுக்கும், குருக்கள்களுக்கும் தனி உரிமைகள், சலுகைகள் அரசினால் வழங்கப்பட வேண்டும்.

குருக்கள்களுக்கும் கோயிலில் உள்ள சிவபெருமானுக்கும் எப்படிப் பட்ட உணர்வும் உறவும் இருக்குமென்றால், ஆதிசைவ குருக்கள்கள் தாங்கள் பூஜை செய்யும் இறைவனிடம் எவ்வாறு உரிமையோடும் உணர்வோடும் பழகுவார்கள் என்றால், தாங்கள் கோயிலில் பூஜிக்கும் சிவபெருமானை 'பாட்டன்' என்றும், என்னுடைய 'தாத்தா' என்றும் 'அப்பன்' என்றும் உரிமைகொண்டு பழகுவார்கள். இதற்குக் காரணம் ஆதிசைவர்கள் சுந்தரர் மரபில் வந்தவர்கள். சுந்தரர் எவ்வாறு சிவபெருமானிடம் உரிமையோடும் நட்போடும் பழகினாரோ அதே போன்றுதான் கோயிலில் பூஜை செய்து வரும் ஆதிசைவ குருக்கள் தங்கள் இறைவனிடம் உரிமையோடு பேசுவார்கள். பழகுவார்கள்.

கிராமங்களில், சிவாலயத்தில் பூஜை செய்து வரும் ஆதிசைவ குருக்கள்கள், தாங்கள் கோயிலில் போய் பூஜை செய்யப்போவதை கூறும்பொழுது, 'என் தாத்தனுக்கு சோறு பரிமாறிவிட்டு வந்துடறேன்', 'என் பாட்டனை பார்த்துவிட்டு வந்துடறேன்' என்று உணர்வும் உரிமையாக யதார்த்தமாகக் கூறுவார்கள்.

மாலையில் கோயிலுக்கு தீபம் ஏற்றச் செல்வதை மற்றவர்களிடம் கூறும்பொழுது, 'அப்பா, என் ஆளு அங்க இருட்டுல உட்கார்ந்திருக்கான். போய் ஒரு விளக்கு போட்டுவிட்டு வந்துடறேன்' என்று யதார்த்த மாகப் பேசுவார்கள். தாங்கள் பூஜை செய்யும் கோயிலில் உள்ள இறைவியை தங்களின் தாயாக, மகளாக பாவித்துப் பேசுவார்கள் அலங்காரம் செய்து ரசிப்பார்கள்.

1950, 1960, 1970-களில் எத்தனையோ குக்கிராமங்களில் உள்ள சிவன் கோயில்கள் பாழடைந்து இருக்கும். பூஜைக்கு வழி இருக்காது. ஆதிசைவ குருக்கள் வீட்டிலோ அரிசிக்கே பஞ்சம். இந்த நிலையில் சில குருக்கள்கள் புது அரிசி கொண்டு சமைத்து பூஜை செய்ய வழியில்லாததால் தங்கள் கோயில் இறைவனுக்கு ஒரு குடம் நீரிட்டு அபிஷேகம் செய்து தங்கள் வீட்டில் உள்ள முதல்நாள் பழைய அமுதும், பச்சை மிளகாயும் வைத்து இறைவனுக்குப் படைத்துவிட்டு, அந்த திருப்திக்குப் பின்பே தாங்கள் உண்டார்கள் என்று பெரியவர்கள் மூலம் செவிவழிச் செய்தியாக அடியேன் கேட்டுள்ளேன்.

இந்த நூலை எழுதக்கூடிய அடியேன், விழுப்புரம் மாவட்டம், கள்ளக்குறிச்சி அருகே பொரசக்குறிச்சி கிராமத்தில் ஆதிசைவ மரபில் பிறந்தவன். என் தந்தை பூஜை செய்த சிவன் கோயில் அப்பொழுது மிக பாழடைந்து இருக்கும். பாம்புகள், பூச்சிகள் எல்லாம் இருக்கும். என் தந்தை ஊரில் இல்லாதபொழுது என் தாய், 'தாத்தாவுக்கு பூஜை செய்து விட்டு வா' என்று எனது விளையாட்டுப் பருவத்தில் கூறுவார். நான் எனது விளையாட்டுச் சிந்தனையாலும், கோயில் இருண்டு பாம்புகள் இருக்கும் என்ற பயத்தாலும் கோயிலுக்குப் போக மறுப்பேன். அப்பொழுது எனது தாய், 'தாத்தா சாப்பிட்ட பின்புதான் நாம் சாப்பிட வேண்டும். தாத்தாவுக்கு மிகவும் பசிக்கும். போய் அமுது படைத்துவிட்டு வா' என்று பல வார்த்தைகளை நயமாகப் பேசி, என் தாய் துணையாக வந்தபின் அந்தச் சிறுவயதில் எனக்குத் தெரிந்த அளவில் பூஜை செய்துவிட்டு வருவேன்.

நான் வளர்ந்து உலக விபரம் தெரியும் வரையில் எங்கள் கோயிலில் உள்ள சிவபெருமானை எனது தாத்தா என்றே சிறுவயதில் நினைத்துக் கொண்டிருந்தேன். இவ்வாறு பல ஆதிசைவ குருக்கள் குடும்பங்கள் பலர் தாங்கள் பூஜை செய்யும் கோயிலோடும் இறைவனோடும் உணர்வோடும், உரிமையோடும் பழகி வந்துள்ளார்கள். இதே போல் ஒவ்வொரு குருக்கள் வீட்டிலும் அவர்களுக்கும் சிவபெருமானுக்கும் உள்ள தொடர்பை கூறும் நினைவுகள் பல இருக்கும். இந்த உணர்வு களை மற்றவர்கள் புரிந்துகொள்வதோ, உணர்ந்துகொள்வதோ கடினம்.

ஆதிசைவர்களின் வாழ்வானது சைவ சமயத்தோடும் சிவபெருமானோடும் இரண்டறக் கலந்த வாழ்வாகும். ஸ்ரீ சுந்தரமூர்த்தி சுவாமிகள் எவ்வாறு சிவபெருமானோடு உரிமையோடு இரண்டறக் கலந்து பழகினாறோ அதே போன்றுதான் கடந்த காலங்களில் வாழ்ந்த ஆதிசைவ சிவாசாரியார்கள் சிவாலயத்தோடும், சிவபிரானோடும் இரண்டற கலந்து வாழ்ந்தனர். தங்களுக்கு ஏற்பட்ட வறுமையோ, துன்பமோ, இன்னல்களோ அவர்களை ஒரு போதும் பாதித்தது இல்லை. நாம் சிவபிரானுக்கு பூஜை செய்கிறோம் என்ற ஒரு நினைப்பே அவர்களை திருப்தியோடு வாழ வைத்தது, அதுவே அவர்களுக்கு வாழ்வில் மகிழ்ச்சியை அளித்தது.

ஆனால், இன்றைக்கு பல ஆதிசைவர்களுக்கு தங்கள் வரலாறும் தெரியவில்லை. தங்கள் முன்னோர்கள் செய்த தொண்டுகளையும் பெருமைகளையும் உணரவில்லை. ஆதிசைவ பிறப்பு எத்தகைய உன்னத பிறப்பு. இந்த ஆதிசைவ மரபில் பிறக்க நாம் எத்தகைய தவம் செய்து இருக்க வேண்டும் என்ற உணர்வில்லாமலும், தங்களுக்கும் சைவ சமயத்திற்கும், தங்களுக்கும் சிவபிரானுக்கும் உள்ள தொடர்பு, உறவு பற்றி விழிப்புணர்வு இல்லாமலும், சுந்தரர் இறைவனால்

தடுத்தாட்கொள்ளப்படுவதற்கு முன் எந்த மயக்க நிலையில் இருந்தாரோ அதுபோன்று இன்றைக்கு உள்ள ஆதிசைவர்கள் மயக்க நிலையில் உள்ளனரோ? என்று எண்ணத் தோன்றுகிறது.

சைவ சமயத்திற்குத் தலைவராக இருந்து வழிகாட்ட வேண்டிய ஆதிசைவர்கள், இன்று சைவ சமயத்தை பற்றிய தெளிவில்லாமல் இருக்கின்றார்கள். இன்று உலகம் செல்லும் வேகத்திற்கு ஆதிசைவ இளைஞர்கள் ஓடிக்கொண்டிருக்கிறார்கள். நமது பிறப்பே சிவவழி பாட்டிற்காகத்தான் என்ற நினைப்பே இல்லாதவாறு இந்த சமூக சூழ்நிலை சிறிது சிறிதாக அவர்களை மாற்றி வருகிறது.

சிவபெருமானையே முழுமுதற் கடவுளாக வழிபடவேண்டிய ஆதிசைவர்கள் இன்று பல வேறுபட்ட தெய்வங்களை வழிபடுபவர் களாக உள்ளனர். இதற்கெல்லாம் காரணம்,

> 'ஆபயன் குன்றும் அறுதொழிலோர் நூல் மறப்பர்
> காவலன் காவான் எனின்.'

என்ற திருவள்ளுவரின் குறளுக்கேற்ப ஆட்சியில் உள்ளவர்களும், அதிகாரிகளும் கடந்த காலங்களில் ஆகமம் அறிந்த ஆதிசைவ சிவாசாரியார் களுக்கு உரிய முறையில் ஆதரவு அளித்து பாதுகாக்காததாலும், கடந்த இரண்டு நூற்றாண்டுகளில் ஆதிசைவ சமூகம் கண்ட பஞ்சம், வறுமை, பொருளாதாரப் பிரச்னைகள் காரணமாகவும், திராவிட கட்சிகளின் ஆன்மிக விரோத கொள்கையுமே ஆகும்.

ஆகம விதிப்படி சிவாலயங்களில் மட்டுமே பூஜை செய்யவேண்டிய ஆதிசைவர்கள் இன்று நகரங்களில் புதியதாகக் கட்டப்பட்டுள்ள தெருமுச்சந்தி பிள்ளையார் கோயில்களிலும், மாரியம்மன், காளியம்மன் கோயில்களிலும் தங்கள் பொருளாதாரத் தேவை காரணமாக பூஜை செய்யும் நிலைக்குத் தள்ளப்பட்டு உள்ளனர்.

தாங்கள் ஆதிசைவர்கள் என்ற எண்ணமே அவர்களிடம் இருந்து சிறிதுசிறிதாக மறைக்கடிக்கப்பட்டு வருகிறது. நமது மன்னர்கள் கட்டிய பாராம்பரியம் மிக்க சிவாலயங்கள் பல ஆகமவிதிப்படி பூஜைகள் நடைபெறாமல் பாழடைந்து கிடக்கின்றன. குறிப்பாக கிராமங்களில் உள்ள பல சிவன் கோயில்கள் ஆகம விதிப்படி பூஜையின்றி உள்ளன. இவற்றையெல்லாம் முறைப்படுத்த வேண்டிய அரசு இதுபற்றி சிந்தனையே இல்லாமல் உள்ளது.

திருமூலர், ஆகமவிதிப்படி ஆலயங்களில் பூஜைகள் நடைபெற வில்லை என்றால் மன்னனுக்கும், நாட்டுக்கும் கேடு என்பதை,

'முன்னவனார் கோயில் பூசைகள் முட்டிடின்
மன்னர்க்குத் தீங்குள வாரி வளம்குன்றும்
கன்னம் களவு மிகுந்திடும் காசினி
என்னருள் நந்தி எடுத்துரைத்தானே' என்று பாடியுள்ளார்.

இந்நிலையில், தமிழ் சமூகம் ஆதிசைவர்கள் வரலாற்றின் உண்மையை உணர்ந்து உதவிட வேண்டும். ஆதிசைவர்களும் கடந்த கால வரலாறுகளையும், பெருமைகளையும் உணர்ந்து ஆதிசைவ மரபை பேணிக் காக்க உரிய முயற்சிகளைச் செய்து, விழிப்புணர்வை ஏற்படுத்த ஒற்றுமையோடு செயல்படுத்த முன்வரவேண்டும். அவ்வாறு செயல்பட்டால்தான் கடந்த காலங்களில் ஆதிசைவ மரபு புகழ்பெற்று விளங்கியதுபோல், வரும் காலங்களிலும் தமிழக வரலாற்றில் ஆதிசைவ மரபு புகழ் பெற்று விளங்கும். இல்லையெனில், கால ஓட்டத்தில் பல மொழிகள் பல இன மக்கள் மறைந்தது போல், சைவ சமய வரலாற்றில், தமிழக வரலாற்றில் **ஆதிசைவ மரபு ஒன்று இருந்தது, சிவப்பணி செய்தது** என்ற வரலாறே தடம் தெரியாமல் மறைக்கப்பட்டுவிடும். எனவே, சிந்தித்து செயல்பட வேண்டும்.

ஆதிசைவ சிவாசாரியாரின் பாவனை

'ஆவாஹனாதி காலேது ஆசார்யோ குரு
ரூப த்ருத் அபிஷேகாத் யலங்காரே
ஆசார்யோ மாத்ரு ருபாவாநு
நைவேத்ய தூபதீபாதௌ அர்ச்நே
மந்த்ர ரூபவாநூ
ஸ்தோத்ர ப்ரதக்ஷிணே காலே ஆசார்யோ
பக்த ரூபவாநு'

ஆதிசைவ சிவாசாரியார் இறைவனை ஆவாஹனம் செய்யும் பொழுது குருவாகவும், அபிஷேகம், அலங்காரம் செய்யும்பொழுது தாயாகவும், நைவேத்யம் தூப தீப அர்ச்சனை செய்யும்பொழுது மந்த்ர ரூபமாகவும், ஸ்தோத்திரம் ப்ரதசஷினம் செய்யும்பொழுது பக்தனாகவும் தன்னை பாவனை செய்துகொள்ளவேண்டும்.

17. ஆதிசைவர் மரபில் அவதரித்த அருளாளர்கள்

1. ஸ்ரீ புகழ்துணை நாயனார்

அவதரித்த தலம்: *செருவிலிபுத்தூர் (சோழநாடு) (அரிசிற்கரைப் புத்தூர், அழகாபுத்தூர் என்று இப்பொழுது அழைக்கப்படுகின்றது).*

மரபு: *ஆதிசைவ மரபு*

அவதார நட்சத்திரம்: *சித்திரை மாதம் - சதயம்*

சிறப்புகள்:

- *பஞ்சம் மிகுந்து பசிநோய் வாட்டிய வறுமை நிலையிலும் சிவபெருமானை ஆகமவிதிப்படி பூஜித்து வழிபாடு செய்தவர்.*
- *சிவபெருமானால் பொற்காசு (படிக்காக) வழங்கப் பெற்றவர். சமணசமய ஆதிக்கம் நிறைந்த களப்பிரர் ஆட்சிக் காலமாகிய கி.பி.5-ம் நூற்றாண்டில் சிவபக்தியோடு வாழ்ந்து அருள் பெற்றவர்.*
- *திருஞானசம்பந்தர், திருநாவுக்கரசர், சுந்தரர் ஆகியோருக்கு முற்பட்டவர். அறுபத்துமூன்று நாயன்மார் களில் ஒருவர்*

'புடை சூழ்ந்த புலி அதன் மேல் அரவு ஆட ஆடி
பொன் அடிக்கே மனம் வைத்த புகழ்த்துணைக்கும் அடியேன்.'

- திருத்தொண்டத் தொகை

'புண்ணியர்கள் புகழ்அழகார் திருப்புத்தூர்வாழ்
புகழ்துணையார் அகத்தடிமைப் புனிதர் சின்னாள்
மண்ணிகழ மழைபொழியா வற்காலத்தால்
வருந்துடலம் நடுங்கிடவு மணிநீ ரேந்தி
அண்ணல்முடி பொழிகலசம் முடிமேல் வீழ
அயர்ந்தொருநாள் புலம்பஅரன் அருளாலீந்த
நண்ணலரும் ஒருகாசுப் படியால் வாழ்ந்து
நலமலிசீர் அமருலகம் நண்ணினாரே'

- திருத்தொண்டர் புராணசாரம்

முக்தியடைந்த தலம் - *அழகாபுத்தூர்*

குரு பூஜை நாள்: *ஆவணி மாதம்: ஆயில்யம்*

•●•

2. ஸ்ரீ சடையனார் (சடைய நாயனார்)

அவதரித்த தலம்: திருநாவலூர் (நடுநாடு) திருமுனைப்பாடி நாட்டின் தலைநகரம்.

மரபு: ஆதிசைவ மரபு

அவதார நட்சத்திரம்: ஆடி மாதம் - புனர்பூசம்

சிறப்புகள்:

- மாதொருபாகனார்க்கு வழிவழி அடிமை செய்யும் வேதியர் குலமாகிய ஆதிசைவ மரபில் அவதரித்து சிவபெருமானைஆகமவிதிப்படி பூஜித்து வந்தவர்.
- ஆலாலசுந்தரராகிய நம்பியாரூராரை திருமகனாக வாய்க்கும்திருவரம் பெற்றவர்.
- கி.பி.7-ம் நூற்றாண்டில் வாழ்ந்த ஆதிசைவர்.
- அறுபத்தி மூன்று நாயன்மார்களில் ஒருவர்.

'என்னவனாம் அரனடியே அடைந்திட்ட சடையன்'

- திருத்தொண்டத் தொகை

'தலம்விளங்கும் திருநாவலூர் தன்னில் சடையனென்னும்
குலம் விளங்கும் புகழோனை உரைப்பர் குவலயத்தில்
நலம் விளங்கும்படி நாம் விளங்கும்படி நற்றவத்தின்
பலம் விளங்கும்படி ஆரூரனை முன் பயந்தமையே'

- திருத்தொண்டர் திருவந்தாதி

முக்தியடைந்த தலம்: திருநாவலூர்

குருபூஜை நாள்: *மார்கழி - திருவாதிரை*

•●•

3. ஸ்ரீ இசை ஞானியார்

அவதரித்த தலம்: திருவாரூர்

வாழ்ந்த தலம்: திருநாவலூர்

அவதரித்த நட்சத்திரம்: *ஐப்பசி மாதம் - மூலம்*

சிறப்புகள்:

- *ஆலாலசுந்தரராகிய நம்பியாரூராரை திருமகனாக பெற்றெடுக்கும் பாக்யம் பெற்றவர்.*
- *சிவபக்தி நிறைந்த அம்மையார். சிவபெருமானை இசைப்பாடல் களால் வழிபட்டு வந்தவர்.*
- *கி.பி.7-ம் நூற்றாண்டில் வாழ்ந்த ஆதிசைவ மங்கையார்.*
- *அறுபத்தி மூன்று நாயன்மார்களில் ஒருவர்.*

இசைஞானியார் திருவாரூரில் வாழ்ந்த சைவகௌதம கோத்திரத்து ஞானசிவாசாரியாரின் திருமகளார் என்பது திருவாரூர் கோயில் கல்வெட்டு செய்தி.

'என்னவனாம் அரனடியே அடைந்திட்ட சடையன் இசைஞானி.'

- திருத்தொண்டத்தொகை

'ஒழியாப் பெருமைச் சடையனார் உரிமைச் செல்வத்
திருமனையார்
அழியாப் புரங்கள் எய்தழித்தார் ஆண்டநம்பி தனைப்பயந்தார்
இழியாக் குலத்தின் இசைஞானிப் பிராட்டியாரை என்சிறுபுன்
மொழியாற் புகழ முடியுமோ முடியா தெவர்க்கும் முடியாதால்'

- பெரிய புராணம்

முக்தியடைந்த தலம்-*திருநாவலூர்*

குருபூஜை நாள்: *சித்திரை மாதம் - சித்திரை*

•●•

4. ஸ்ரீ சுந்தரமூர்த்தி சுவாமிகள்

அவதரித்த திருத்தலம்: *திருநாவலூர்*

ஆன்மார்த்த தலம்: *திருவாரூர்*

தந்தையார்: *ஸ்ரீ சடையனார்*

தாயார்: *ஸ்ரீ இசைஞானியார்*

மரபு: *ஆதிசைவ மரபு*

குழந்தை திருநாமம்: *நம்பி ஆரூரன்*

மனைவிகள்: *ஸ்ரீ பரவை நாச்சியார்- ஸ்ரீ சங்கிலி நாச்சியார்*

அவதார நட்சத்திரம்: *ஆவணி மாதம் - உத்திரம்*

சிறப்புகள்:

- *ஆதிசைவ மரபில் அவதரித்த சுந்தர், சிவபெருமானால் தனது அடிமை என்று தடுத்தாட்கொள்ளப்பட்டவர்.*
- *வன்தொண்டர் என்ற திருநாமம் பெற்றவர்.*
- *அறுபத்தி மூன்று நாயன்மார்களின் பெருமையை எடுத்துக்கூறும் திருத்தொண்டத் தொகையைப் பாடி அருளியவர்.*
- *திருவாரூரில் சிவபெருமானை தோழனாகப் பெற்றவர்.*
- *தம்பிரான் தோழர் என்று அழைக்கப்பெற்றவர்.*
- *திருத்தலங்கள் தோறும் சென்று தேவாரம் பாடியவர்.*
- *முதலை உண்ட பாலகனை மீட்டு அருள் செய்தவர்.*
- *திருஞானசம்பந்தர், திருநாவுக்கரசர் காலத்திற்குப் பின்பு வாழ்ந்தவர்.*
- *அறுபத்து மூன்று நாயன்மார்களில் ஒருவர்.*
- *கி.பி.7-ம் நூற்றாண்டில் வாழ்ந்தவர். இந்நிலவுலகில் 18-வயது வரை வாழ்ந்து மானிட யாக்கையுடன் யானைமீது திருக்கயிலைக்கு எழுந்தருளும் அருள் பெற்றவர்.*
- *ஸ்ரீ சுந்தரர் பாடிய மொத்த பதிகங்கள் 38,000 ஆகும். நமக்கு கிடைத்த பதிகங்கள் 100 ஆகும். ஸ்ரீ சுந்தரர் தேவாரங்கள்,*

பன்னிரு திருமுறைகளில் 7-ம் திருமுறையாக வைத்துப் போற்றப் படுகின்றன. சரியை, கிரியை யோகம், ஞானம் என்ற நான்கு நிலையில்யோக நெறியை விளக்க வந்தவர்.

- *அறுபத்து மூன்று நாயன்மார்களின் தொண்டின் சிறப்பை திருத்தொண்டத் தொகையாக பாடியருளவே இவ்வுலகில் அவதரித்தவர்.*

  'தொழுதும் வணங்கியும் மாலயன் தேடருஞ் சோதி சென்றாங்
  கெழுதுந் தமிழ்ப்பழ ஆவணங் காட்டி எனக்குன்குடி
  முழுதும் அடிமைவந் தாட்செய் எனப்பெற்றவன் முரல்தேன்
  ஒழுகும்மலரினற்றாள் எம்பிரான் நம்பியாரூரனே'

  - திருத்தொண்டர் திருவந்தாதி

முக்தியடைந்த தலம்-*திருவஞ்சைக்களம் (கேரளா)*

குருபூஜை நாள்: *ஆடி மாதம் - சுவாதி*

•●•

5. ஸ்ரீ நம்பியாண்டார் நம்பிகள்

அவதரித்த தலம்: *திருநாறையூர் (சிதம்பரம் அருகே)*

மரபு: *ஆதிசைவ மரபு.*

சிறப்புகள்:

- *மாமன்னர் ராஜராஜசோழன் வேண்டுதலுக்கிணங்க தேவாரப் பாடல்களை சிதம்பரத்தில் கண்டெடுத்துத் தந்தவர்.*
- தேவார திருமுறைகளை தொகுத்துத் தந்தவர்.
- *நாயன்மார்களின் தொண்டினை பெருமைகளை போற்றும் திருத்தொண்டர் திருவந்தாதி பாடலை பாடியருளியவர்.*
- இளம் பருவத்திலேயே பொல்லாப் பிள்ளையாரால் ஆட்கொள்ள பெற்றவர்.
- *ஸ்ரீ சுந்தரமூர்த்தி சுவாமிகளுக்கு காலத்தால் பிற்பட்டவர். கி.பி.10-ம் நூற்றாண்டில் வாழ்ந்த ஆதிசைவர்.*
- வேதத்தை நான்காக வகுத்த வேதவியாசரைப்போன்று நம்பியாண்டார்நம்பி திருமுறைகளை வகுத்தும் தொகுத்தும் அருள் செய்ததால் **'தமிழ் வியாசர்', 'சைவ வியாசர்'**, என்று சிறப்பிக்கப் பெற்றவர்.

- *பத்து நூல்களை பாடியருளியவர். இவர் அருளிய பிரபந்தங்கள் சைவத்திருமுறைகளில் பதினொன்றாம் திருமுறையில் வைத்து போற்றப்படுகின்றன.*

நம்பியாண்டார் நம்பிகள் பாடியருளிய நூல்கள்:

1. *திருநாரையூர் விநாயகர் திரு இரட்டை மணிமாலை*
2. *கோயில் திருப்பண்ணியர் விருத்தம்*
3. *திருத்தொண்டர் திருஅந்நாதி*
4. *ஆளுடைய பிள்ளையார் திருஅந்நாதி*
5. *ஆளுடைய பிள்ளையார் திருச்சண்பை விருத்தம்.*
6. *ஆளுடைய பிள்ளையார் திருமும்மணிக்கோவை.*
7. *ஆளுடைய பிள்ளையார் திருவுலாமாலை.*
8. *ஆளுடைய பிள்ளையார் திருக்கலம்பகம்.*
9. *ஆளுடைய பிள்ளையார் திருத்தொகை.*
10. *திருநாவுக்கரசு தேவர் திருஏகாதச மாலை.*

நம்பியாண்டார் நம்பி பாடிய இந்த பத்து பதிகங்களே, சேக்கிழார் 'பெரிய புராணம்' பாடுவதற்கும், வரலாற்றுண்மைகளைத் தெரிந்து கொள்வதற்கும் பெருந்துணையாக விளங்கியது.

'பொன்னி வடகரைசேர் நாரையூரில் புழைக்கைமுக
மன்னன் அறுபத்து மூவர் பதிதே மரபு செயல்
பன்னஅத் தொண்டத் தொகைவகை பல்கும் அந்தாதிதனைச்
சொன்ன மறைக்குல நம்பி பொற்பாதத் துணைதுணையே'

முக்தியடைந்த தலம்: *திருநாறையூர்*

குருபூஜை நாள்: *வைகாசி மாதம் புனர்பூசம்*

•●•

6. ஸ்ரீ அருணந்தி சிவாசாரியார்

அவதரித்த தலம்: *திருத்துறையூர் (நடுநாடு)*

மரபு: *ஆதிசைவ மரபு.*

அருளிய நூல்கள்: *சிவஞான சித்தியார், இருபா இருபஃது*

சிறப்புகள்:

- *சைவசித்தாந்த தத்துவத்தை பாடியருளிய சந்தானாசாரியார்கள் நால்வரில் ஒருவர். மெய்கண்டார் திருஅவதாரம் செய்ய, குருவாக இருந்து நற்காரணமாக விளங்கியவர்.*

- சைவசித்தாந்த தத்துவத்தை அழகுற எளிய நடையில் பாடியருளியவர். தமிழில், **சைவசித்தாந்த தத்தவங்களை தெளிவாகவும் விளக்கமுடனும் அளிக்கும் முதல் நூலின் ஆசிரியர் என்ற சிறப்புக்குரியர்.**

- கி.பி.13-ம் நூற்றாண்டில் வாழ்ந்த ஆதிசைவர்.

- தாம் பிறந்த ஆதிசைவ சிவாசாரியார் மரபிற்கேற்ப ஆகமங்கள் அனைத்திலும் பெரும்புலமை பெற்று **'சகலாகம பண்டிதர்'** என சிறப்பிக்கப் பெற்றவர்.

- தேவாரத் திருமுறைகளின்மீது பெரும் பக்தியும், அன்பும் கொண்டு போற்றி வழிபட்டுவந்தவர். திருமுறைப் பாராயணம் நாள்தோறும் செய்து வந்தவர். தாம் வாழ்ந்த காலத்தில், ஆகமங்களில் தேவாரத் திருமுறைகளில் சைவசித்தாந்த தத்துவங்களில் கரைகண்டு நடமாடும் பல்கலைக்கழகமாக, நடமாடும் நூலகமாகத் திகழ்ந்த பெருமைக்குரியவர்.

- அருணந்தி சிவாசாரியார் சகல ஆகமங்களிலும் பண்டிதராக விளங்கியதால் தாம் செல்லுமிடங்களிலெல்லாம், சாத்திர ஏட்டு சுவடிகளையும், ஆகம சுவடிகளையும் ஏற்றிச் செல்வாராம். தமக்கு ஒரு வண்டி, ஆகம சுவடிகளுக்கு ஒரு வண்டி. எனவே இவர் நடமாடும் பல்கலைக் கழகம் என புகழப்பட்டார்.

- சிவஞான சித்தியார் - பரபக்கம், சுபபக்கம் என்று இரண்டு பாகங் களாக பாடியுள்ளார். பரபக்கம் 301 பாடல்களைக் கொண்டது. சுபபக்கம் 328 பாடல்களைக் கொண்டது.

- தாம்பிறந்த ஆதிசைவ மரபின் கடமை சிவபெருமானின் பெருமை களை உலகறியச் செய்வது என்ற கொள்கைக்கேற்ப, மாற்று சமயங்களின் கொள்கைகளை மறுத்து சைவசித்தாந்த தத்துவத்தை, சிவபரத்துவத்தை சுபபக்கம் வாயிலாக அழகுற எடுத்துக்கூறி தாம் அவதரித்த ஆதிசைவ மரபிற்கு பெருமைசேர்த்தவர்.

  முப்பொருளின் ஈரியல்பும் ஓர்இயல்பா நுவலாது முறை
  வெவ்வேறாய்
  செப்பு சிவாகமங்களின்தன் பொருள்ஒருமை பெற உணர்ந்து
  தின்முன் நூலை
  ஒப்பவிரி யாப்பு அதனால் சித்தி எனும் வழிநூலாய் ஒளிர்பிற
  காலத்து
  இப்புவியோர் தெளிந்து உய்ய மொழிந்த அருள்நந்தி சிவன்
  இணைத்தாள் போற்றி'

முக்தியடைந்த தலம்: திருத்துறையூர்

குருபூஜை நாள்: புரட்டாசிமாதம் பூரம்.

•●•

7) ஸ்ரீ கச்சியப்ப சிவாசாரியார்

அவதரித்த திருத்தலம்: காஞ்சிபுரம்

தந்தையார்: காளத்தியப்ப சிவாசாரியார்

மரபு: ஆதிசைவ மரபு

சிறப்புகள்:

- காஞ்சிபுரம் குமரகோட்டத்து ஸ்ரீ முருகப்பெருமானை முப்பொழுதும் திருமேனி தீண்டி வழிபடும் ஆதிசைவ மரபில் அவதரித்தவர்.
- சைவசமயத்தின் பெருங்காப்பியம் எனப் போற்றப்படும் கந்தபுராணத்தை பாடியருளியவர்.
- முருகப்பெருமானே கனவிலே வந்து 'கந்தபுராணம் பாடுவாயாக' என்று அருள் செய்து, **'திகட சக்கரச் செம்முகம் ஐந்துளான்'** என்று அடியெடுத்துக் கொடுக்கும் திருவருள் பெற்றவர்.
- கந்தபுராணம் அரங்கேற்றத்தின் பொழுதுமுருகப் பெருமானே தோன்றி 'வீரசோழியம்' என்ற இலக்கண நூல் மூலம் புலவர் களின் சந்தேகத்தைத் தீர்த்து அருள் செய்த புண்ணியம் பெற்றவர்.
- சைவ சமயத்தில் சிவபெருமானின் மூன்று கண்களாக போற்றப் படுபவை, 1. பெரிய புராணம், 2. கந்த புராணம், 3. திருவிளையாடற் புராணம். இவற்றில் சிவபெருமானின் நெற்றிக்கண்ணாக போற்றப் படும் கந்தபுராணத்தை பாடியருளிய பெருமைக்குரியவர்.
- 'கந்தபுராணம் எவரையும் கவர்ந்து இழுக்கும் காந்தபுராணம்' என்று போற்றப்படும் பெருமைக்கும் சிறப்பிற்கும் உரியவர்.
- தாம்பிறந்த ஆதிசைவ மரபிற்கேற்ப, கந்தபுராணம் நூல் முழுவதிலும், சிவபெருமானின் பெருமைகளையும், ஆகம கருத்துகளையும், சைவசித்தாந்தத் தத்துவங்களையும் பெருமளவு பாடியருளியவர்.
- கம்பனின் கவித்திறத்தையும் விஞ்சக்கூடிய வகையில் கவியமுதக் காவியமாக கந்தபுராணத்தை வழங்கிய சிறப்புக்குரியவர். 'காதல் மழை பொழிந்த அருள் கொண்டலான கச்சியப்பன் இருபாதம் உச்சி வைப்பாம்'என்ற ஆன்றோர் வாக்கிற்கிணங்க பக்தி மழை பொழிந்த கருமேகம் போன்றவர் கச்சியப்ப சிவாசாரியார்' என்ற

பெருமைக்கும் புகழுக்கும் உரியவர். கி.பி. 14-ம் நூற்றாண்டில் வாழ்ந்த ஆதிசைவர்.

'உச்சிதமாம் சிவவேதியன் காளத்தி ஓங்குமைந்தன்
கச்சியப்பன் செய்த கந்த புராணக் கலைக்கடலின்
மெச்சிய கல்வி மதியும் வெண்டாமரை மேவு மின்னும்
இச்செவி நாவினுக்கு இன்பாம் அமுதம் எழுந்தனவே.'

•●•

8. ஸ்ரீ சிவகோசரியார்

அவதரித்த தலம்: *திருக்காளத்தி(ஸ்ரீ காளஹஸ்தி)*

மரபு: *ஆதிசைவ மரபு*

சிறப்புகள்:

- *சிவத்தையே எப்பொழுதும் கோசரித்துக் கொண்டிருப்பவர் என்பதால் சிவகோசரியார் எனப் பெயர் பெற்ற சிறப்புக்குடையவர் (கோசரித்தல் - தியானித்தல்).*
- ***'எய்திய சீர் ஆகமத்தில் இயம்பிய பூசனைக்கேற்ப'*** *என்ற சேக்கிழார் வாக்கிற்கேற்ப ஆகம விதிப்படி சிவபெருமானைப் பூஜித்து அருள் பெற்றவர்.*

  'கானவர் பெருமானார் தம் கண்ணிடந்தப்பும்போதும்
  ஊனமு துகந்த ஐயர் உற்றுமுன் பிடிக்கும் போதும்
  ஞானமாமுனிவர் கண்டார்...'

  என்று சேக்கிழார் பெருமானால் ஞானமாமுனிவர் என்று போற்றப்படும் பெருமைக்குரியவர். ஏனெனில், கண்ணப்ப நாயனாருடைய செயல்கள் யாவும் இறைவனருளினால் காட்டவும், உணர்த்தவும் பட்ட ஞானத்தை பெற்றவராதலின் ஞானமாமுனிவர் என்றார் - என்று விளக்கம் அளிப்பார் சைவ அறிஞர். சி.கே.சுப்பிரமணிய முதலியார்.

- *நக்கீரதேவ நாயனார் தாம் பாடிய கண்ணப்பதேவர் திருமறத்தில் போற்றி புகழப்பெற்றவர். கலியுகத்தின் தொடக்க காலத்தில் ஆகமவிதிப்படி பூஜித்த ஆதிசைவர்.*
- **கண்ணப்ப நாயனார் செய்த அன்புவழி பூஜை முறைக்கு முன்னுதாரணமாக விளங்கும் அருள் பெற்றவர்.**

•●•

9. ஸ்ரீ தருமி

அவதரித்த தலம்: திரு ஆலவாய் (மதுரை)

தந்தையார்: சிவமுனி

மரபு: ஆதிசைவ மரபு

சிறப்புகள்:

- சங்ககாலத்திலேயே வாழ்ந்துவந்த ஆதிசைவ மரபைச் சார்ந்தவர்.
- தருமியின் பொருட்டு சிவபெருமான் சங்கப்பலகை ஏறி வாதிட்டு பொற்கிழியினைப் பெற்றுத்தந்த சிறப்பிற்குரியவர்.

அப்பர்பெருமான் திருப்பத்தூர் தேவாரத்தில்,

'நன்பாட்டுப் புலவனாய் சங்கமேறி
நற்கனகக் கிழிதருமிக் கருளினோன் காண்' என்று போற்றிப் பாடியுள்ளார்.

கல்லாடம் நூலானது,

'பொதியப் பொருப்பன் மதியக் கருத்தினைக்
கொங்குதேர் வாழ்க்கைச் செந்தமிழ் கூறிப்
பொற்குவைதருமிக்கு அற்புடன் உதவி
என்னுளங் குடிகொண்டு இரும்பயன் அளிக்கும்
கள்ளவிழ் குழல்சேர் கருணையெம் பெருமான்' -

என்று தருமிக்கு பொற்கிழி அளித்த செயலைப் போற்றிப் பாடுகின்றது.

திருவிளையாடற் புராணத்தில்,

'அந்த வேலையிலா ஆதிசைவரில்
வந்த மாணவன் மணஞ்செய் வேட்கையான்
முத்தை யாச்சி முயலும் பெற்றியான்

தந்தை தாயிலான் தருமி யென்றுளான்' - என்று தருமியைக் குறித்துப் பாடப்பட்டுள்ளது.

இன்றும், மதுரை திருக்கோயிலில் ஆவணித் திருவிழாவில் நான்காம் திருநாளில் தருமிக்கு பொற்கிழி அளித்த விழா சிறப்பாக நடைபெற்று வருகிறது.

•●•

18. ஆதிசைவ மரபில் அவதரித்த பெண் சித்தர்

சென்னை கோமாளிஸ்வரன் பேட்டை சட்டநாதஸ்வாமி திருமடத்தில் குருமார்களில் ஒருவரான ஸ்ரீ சாம்பசிவ சிவாசாரியாரின் மனைவியார் பெரும் சித்தராக விளங்கினார். **ஸ்ரீ அனந்தாம்பாள்** என்பது இவரது இயற்பெயராகும்.

'பறவை சித்தர்' என்று அழைக்கப்பட்ட **ஸ்ரீ அனந்தாம்பாள்** கி.பி.*1854* ஆம் ஆண்டு வடாற்காடு மாவட்டம் போளூர் அருகில் உள்ள தேவிகாபுரத்தில் ஆதிசைவ சிவாசாரியார் மரபில் சேஷகுருக்களுக்கு மகளாக அவதரித்தவர்.

வழிபாட்டுக்கென்றே தோன்றிய ஆதிசைவ மரபில் பிறந்ததால் இயற்கையாகவே இளமை முதல் ஆன்மிக பற்றுடையவராக விளங்கினார். ஸ்ரீ சக்ரபூஜை உபாசனை செய்து வந்ததால், 'ஸ்ரீசக்கர அம்மாள்' என்றும் 'ஸ்ரீசக்கரையம்மா' என்றும் பக்தர்களால் அன்போடு அழைக்கப்பட்டார்.

அக்காலத்தில் சென்னையில் வாழ்ந்த பிரபல மருத்துவர், சி.நஞ்சுண்டராவ் இவரது மகிமையை உணர்ந்து அம்மையாரின் பிரதான சீடரானார். தனது குருவின் மகிமையை இவ்வுலகம் அறியும் வண்ணம் பல தொண்டுகளை மேற்கொண்டார். ஸ்ரீ சக்கரையம்மா *1901*-ஆம் ஆண்டு சிவநிலை அடைந்தார். தமது குரு ஸ்ரீ சக்கரையம்மா

விருப்பத்தின்படியே அவர் கூறிய இடத்தில் நஞ்சுண்டராவ் இவருக்கு ஜீவசமாதி கோயில் எழுப்பி வழிபாடு செய்துவந்தார். இவருடைய ஜீவசமாதி கோயில், சென்னை திருவான்மியூரில் கலாஷேத்ரா அருகில் உள்ளது. இங்கு தன்னை நாடிவரும் ஆன்மாக் களுக்கும் அடியவர்களுக்கெல்லாம் அவர்கள் கவலையை போக்கி அருளை வாரி வழங்கி வருகிறார் ஶ்ரீ சக்கரையம்மா.

தமிழ்தென்றல் திரு.வி.க. அவர்கள் இந்த அம்மையார் பறக்கும் ஆற்றல் பெற்றிருந்ததாக தனது 'உள்ளொளி' என்ற நூலில் விரிவாக பதிவு செய்துள்ளார். அப்பகுதி பின்வருமாறு:

சென்னை கோமாளிஸ்வரன் பேட்டையில் ஓர் அம்மையார் இருந்தார். அவர் காலஞ்சென்ற டாக்டர் நஞ்சுண்டராவின் குரு என்று உலகம் சொல்லும். அவ்வம்மையார் பறவையைப்போல் வானத்தில் பறப்பார்.

ஒருமுறை யான் வசித்த கல்லூரியின் மேல்மாடியில் பறந்து வந்து நின்றார். மானுடம் பறக்கிறதெனில் உலகம் அதை எப்படி வியக்கு மென்று சொல்ல வேண்டுவதில்லை. அக்காலத்தில் சென்னையில் வசித்த விஞ்ஞானியர் பலர் சூழ்ந்து சூழ்ந்து அம்மையார் நிலையை ஆராய்வர். அப்பொழுது சென்னை மியூஸியத்தின் தலைவராயிருந்த ஓர் ஐரோப்பியரால் பறவையார் நிலை பெரிதும் ஆராயப்பட்டது. அம்மையார் பறவை இனத்தைச் சேர்ந்தவரென்றும், அவரிடம் பறவைக்குரிய கருவிகரண அமைப்புகள் சில உள்ளன என்றும், கூர்தல் (Evolution) அறப்படி அத்தகையப் பிறவி இயற்கையில் அமைதல் கூடும் என்றும் அவரால் விளக்கப்பட்டன.

அவர் விளக்கம் மற்றவரால் ஏற்றுக்கொள்ளப்படவில்லை. யான் தேசபக்தன் ஆசிரியனாகியபோது டாக்டர் நஞ்சுண்டராவுடன் நெருங்கிப் பழகுதல் நேர்ந்தது. பறவையாரைப் பற்றி அவரை நான் விசாரித்தேன். அவர், 'அம்மையார் சித்தர் இனத்தைச் சேர்ந்தவர்' என்று கூறினார். பறவை நாயகியார் நிலை மனோதத்துவத்துக்கு எட்டுவதா? எண்ணிப் பாருங்கள்.' என்று தமிழ்தென்றல் திரு.வி.க. அவர்கள் ஶ்ரீ சக்கரையம்மா அவர்களின் பெருமையைப் போற்றிப் புகழ்ந்துள்ளார். இன்றும் பல பக்தர்கள் ஶ்ரீ சக்கரையம்மா ஜீவசமாதி கோயில் சென்று தாங்கள் வேண்டுதல்களைச் சொல்லி பிரார்த்தனை செய்து பலன் அடைந்து வருவது கண்கண்ட உண்மையாகும்.

ஶ்ரீ சக்கரையம்மாதிருவடிகள் போற்றி.

19. மருத மரத்தைக் காப்பாற்றிய புஷ்பவன குருக்கள்

(மருத பாண்டியர் - புஷ்பவன குருக்கள்)

சிவகங்கை சமஸ்தானத்திற்கு மன்னராக சுமார் 250 ஆண்டுகளுக்கு முன்பு ஆட்சி புரிந்தவர் மருத பாண்டியர். இந்திய சுதந்திர போராட்டத்தில் பங்கு பெற்று ஆங்கிலேயர்களுக்கு எதிராகப் போராடியவர். மிகுந்த சிவபக்தி கொண்ட இவர் தம்முடைய ஆட்சி பகுதிக்குட்பட்ட காளையார் கோயிலுக்கு மிகப்பெரிய தேர் ஒன்று அமைக்கக் கருதினார். தேரின் அச்சுக்கு ஏற்றதான பெரியமரம் தேடிய பொழுது மதுரைக்கு அருகே உள்ள திருப்பூவணம் என்ற ஊரில் சிவாலயத்திற்கு எதிரே மிகப் பெரிய மருதமரம் ஒன்று இருப்பதாக அறிந்தார்.

தகுந்த அதிகாரிகளை அழைத்து அந்த மருதமரத்தை வெட்டி எடுத்து வரும்படி உத்தரவு பிறப்பித்தார். அதிகாரிகள் வேலையாட்களை கொண்டு மரத்தை வெட்ட முயன்றபொழுது, திருப்பூவணநாதருக்கு பூஜை செய்து வந்த ஆதிசைவர்களுள் ஒருவராகிய புஷ்பவனக் குருக்கள் என்ற பெரியோர், 'மரத்தை வெட்ட வேண்டாம், வெட்ட வேண்டாம்' என்று சொல்லிக் கொண்டே வேகமாக ஓடிவந்து தடுத்தார்.

அதிகாரிகள் குருக்களை அலட்சியம் செய்து வேலைக்காரர்களை ஏவி மருதமரத்தை வெட்ட முயன்றனர். அப்போது குருக்கள் மிக்க ஆத்திரம் அடைந்து 'சிவபெருமான் மீது ஆணை ! நீங்கள் இந்த மரத்தை வெட்டக்கூடாது' என்று மறுபடியும் தடுத்தார். உடனே அதிகாரிகள் மரத்தை வெட்டாமல் நிறுத்தி விட்டு உடனே செய்தியை மருத பாண்டியருக்கு தெரிவித்தனர்.

செய்தியை கேட்ட மருத பாண்டியர் ஆச்சரியமடைந்து இறைவன் திருத்தேருக்காக நாம் வெட்டச் சொல்லிருக்கும் பொழுது அதையாரேனும் தடுக்கலாமோ? அந்த குருக்கள் தடுக்கிறார் என்றால் அப்படி தைரியத்தோடு தடுத்ததற்கு எ ன்ன காரணம் இருக்கக்கூடும்? நாமே நேரில் போய் விசாரித்து வரவேண்டும் என்றெண்ணி மருதபாண்டியர் உடனே புறப்பட்டுதிருப்பூவணம் சென்றார்.

கோயிலுக்குச் சென்று இறைவனை தரிசித்து விபூதி பிரசாதம் வாங்கி அணிந்துகொண்டார். பின் கோயிலில் உள்ள ஆதிசைவர்களைப் பார்த்து, 'இங்கே உள்ள குருக்களில் யாரோ ஒருவர் நமது கட்டளையை மீறி மருதமரத்தை வெட்டக் கூடாதென்று தடுத்தாராமே, அவர் யார்? அவர் இங்கே இருக்கிறாரா?' என்று கேட்டார்.

அப்போது அவர்கள் மகாராஜாவிற்குப் பயந்து புஷ்பவன குருக்கள் குடும்பத்தோடு மதுரைக்குச் சென்று விட்டார் என்று கூறினார்கள். மருத பாண்டியர் உடனே மதுரைக்குச் சென்ற புஷ்பவன குருக்களுக்கு ஓர் 'அபயநிருபம்' எழுதுவித்து அதைக்காட்டி அவரை அழைத்து வரும்படி ஒருவரை அனுப்பினார்.

(அபய நிருபம் என்பது பழைய காலத்தில் குற்றவாளிக்கோ, அஞ்சி ஓடி ஒளிந்துகொள்ளும் பகைவர்களுக்கோ - 'நீங்கள் அஞ்ச வேண்டாம், இங்கே வந்தால் உங்களுக்கு ஒரு துன்பமும் நேராது' என்று அரசர்களால் அவர்களுக்குள்ள பயத்தைப் போக்குவதற்காக எழுதப்படுவது)

அபய நிருபத்தைக் கண்ட புஷ்பவன குருக்கள் மதுரையில் இருந்து திருப்பூவணம் வந்து மருதுபாண்டியர் முன்னே நடுக்கத்தோடு நின்றார்.

'காளையார்கோயில் தேர் பணிக்கு உபயோகப்படுத்துவதற்காக இருந்த மருத மரத்தை வெட்டக்கூடாது என்று நீர் தடுத்தீரா?' என்று மருதபாண்டியார் கேட்டார்.

அப்போது குருக்கள், 'திருப்பூவணம் என்ற இத்தலம் விசேஷமானது. 'புஷ்பவன காசி' என்ற சிறப்பிற்குரியது. தேவாரப் பாடல் பெற்றது.

அயலூரில் இருந்து பக்தர்கள் பலர் வைகையைக் கடந்து இங்கு தரிசனம் செய்ய வருவர். அவ்வாறு வரும் பக்தர்கள் கோயிலின் எதிரே உள்ள மருதமரத்தின் கீழிருந்து இளைப்பாறி விட்டுச் செல்வது வழக்கம். முக்கியமாக கோடைக் காலத்தில் பக்தர்களுக்கு குளிர்ந்த நிழலை தருவதாக இந்த மரம் விளங்குகின்றது.

இவ்வாறு பல ஆயிரம் பக்தர்கள், பெண்கள், குழந்தைகள் என்று பலர் இந்த மரத்தின் கீழ் தங்கி இளைப்பாறியுள்ளனர். இவ்வாறு பக்தர்களுக்கு பெரிய பயன்தரும் வகையில் இருப்பதை மகாராஜா அறிந்திருந்தால் இந்த மரத்தை வெட்ட உத்தரவிட்டிருக்க மாட்டீர்கள். மேலும், தாங்கள் நினைத்தால் இந்த தேசத்தில் எவ்வளவோ மரங்கள் கிடைக்கக்கூடும் இந்த மருத மரம்தான் வேண்டுமென்பதில்லை என்றவர், மேலும் தொடர்ந்து, 'இந்த மருதமரம் மகாராஜாவின் பெயரைத் தாங்கிக் கொண்டு நிற்கின்றது. மகாராஜா மக்களைப் பாதுகாத்து காப்பாற்றி வருவதுபோலவே இந்த மரமும் பக்தர்களுக்கு நிழலளித்து வருகிறது!' என்று கூறினார்.

குருக்கள் உருக்கமாக பேசியதைக் கேட்ட மருதுபாண்டியர் குருக்களை அன்புடன் நோக்கினார். அவரது நல்லெண்ணத்தைப் புரிந்து கொண்டார். புஷ்பவனக் குருக்கள் பக்தர்கள்மீதும், மருத மரத்தின் மீதும் கொண்ட அன்பைப் பாராட்டினார். மருதமரம் வெட்டப்படாது என்று உறுதியளித்தார். மருதமரம் தழைத்து வளர்ந்து பக்தர்களுக்கு நிழலளித்தது. புஷ்பவன குருக்களின் நல்லெண்ணத்தால் மிகப் பெரிய மருதமரம் காப்பாற்றப்பட்டது. (இச்செய்தி தமிழ்த்தாத்தா உ.வே.சா. அவர்கள் எழுதிய நான் 'கண்டதும் கேட்டதும்' என்ற நூலில் இடம் பெற்றுள்ளது)

அழகிய வீரபாண்டியபுரம் என்று வழங்கும் ஒட்டப்பிடாரம் என்ற ஊரில் சிவ.சு. குமாரசாமி குருக்கள் அவர்களால் நிறுவப்பட்ட சிவப்பிரகாச ஆதினம் என்ற சைவ மடம் இருந்ததாகத் தெரிய வருகிறது. இவர் ஐம்பது பாடல்களைக் கொண்ட சிதம்பர ஷேத்திரத்தின் மகாத்மியம் என்ற நூலை இயற்றியுள்ளார்.

20. ஆதிசைவ சிவாசாரியார்களின் பழக்க வழக்கங்கள்

1. ஆதிசைவர்கள் சிவபெருமானையே முழுமுதற்கடவுளாக முதற்குருவாக கொண்டவர்கள்.

2. விபூதி, ருத்திராட்சம், பஞ்சாட்சரத்தை எப்பொழுதும் தம் உடலில் தாங்கியே இருப்பார்கள்.

3. சிவபெருமான் ஒருவருக்கே அடிமையானவர்கள் என்பதாலும், சிவலிங்கத்தைத் தீண்டிப் பூஜிக்கும் கரங்களை உடையவர்கள் என்பதாலும், சிவபெருமானை மட்டுமே கரம் உயர்த்தி வணங்குவார்கள். மற்றவர்களிடம் ஆசி வழங்கும் விதத்திலேயே வணங்குவார்கள்.

4. இவர்கள் ஆகமவிதிப்படி தங்கள் இல்லங்களில் ஆத்மார்த்த பூஜை செய்த பின்னரே ஆலயங்களில் பரார்த்த பூஜை செய்வார்கள்.

5. ஆதிசைவர்கள் தங்கள் குழந்தைகளுக்கு ஏழு வயதில் வேத முறைப்படி உபநயனம் செய்து, ஆகம விதிப்படி சமயதீக்ஷை செய்து சிவ உபதேசம் செய்து வைக்கும் பழக்கமுடையவர்கள்.

6. ஆதிசைவர்கள் வைதீக சந்தியாவந்தனம், சைவ சந்தியா வந்தனம், (சைவ அனுஷ்டானம்) இரண்டுமே செய்யும் வழக்கம் உடையவர்கள்.

7. ஆதிசைவர்கள் தங்கள் குடும்பத்தில் நடைபெறும் சுக, துக்க நிகழ்ச்சிகள் அனைத்தையும் முதலில் தாங்கள் பூஜை செய்யும் சிவபெருமானிடமே முறையிடும் பழக்கம் உடையவர்கள்.

8. ஆதிசைவர்கள் தாங்கள் பூஜை செய்யும் கோயிலில் உள்ள சிவபெருமானுக்கு உறவுபெயர் வைத்து, அந்த இறைவனோடு உறவாடியும் உரிமையோடும் பூஜிக்கும் பழக்கம் உடையவர்கள்.

9. ஆதிசைவர்கள் தங்கள் இல்லத்தில் நடைபெறும் எந்த ஒரு விழாவிலும் தாங்கள் பூஜிக்கும் சிவபெருமானையே முதன்மைப்படுத்திக் கொண்டாடும் வழக்கம் உடையவர்கள்.

10. பொதுவாக பிராமணர்கள் திருமணத்தில் மஹாவிஷ்ணுவை பிரதானமாகக்கொண்டு திருமணம் செய்வார்கள். ஆதிசைவ சிவாசாரியார்கள், சிவபெருமானையே பிரதானமாக ஆவாஹனம் செய்து சிவசாட்சியாக திருமணம் செய்யும் வழக்கமுடையவர்கள்.

11. ஆதிசைவர்கள் தாங்கள் பூஜை செய்யும் சிவபெருமானுக்கு நைவேத்யம் செய்யாமல் உணவருந்தும் பழக்கம் இல்லாதவர்கள்.

12. ஆதிசைவர்கள் எத்தகைய ஒரு திடுக்கிடும் நிகழ்ச்சிகள் நிகழ்ந்தாலும், உடனே தாங்கள் பூஜிக்கும் சிவபெருமானின் நாமத்தைச் சொல்லும் பழக்கம் உடையவர்கள்.

13. ஆதிசைவர்கள் சிவாகமவிதிப்படி சமயதீக்ஷை, விசேஷதீக்ஷை, நிர்வாண தீக்ஷை,அஸ்திராபிஷேகம், ஆசாரிய அபிஷேகம் ஆகியவற்றை உரியகாலங்களில் செய்துகொண்டு ஆகம கிரியைகள் அனைத்தும் புரியும் உரிமைபெற்று சிவாசாரியார் என்ற தகுதியைப் பெறுவதை மரபாகக் கொண்டவர்கள். இவ்வாறு முறையாக ஆசாரிய அபிஷேகம் பெற்று விதிப்படி ஆகம விதிகளை கடைப்பிடிப்பவரே ‘உத்தமோத்தம சிவாசாரியார்’ என்று அழைக்கப்படுவார்.

14. ஆதிசைவ சிவாசாரியார்கள் மஹாகாரண பஞ்சாட்சரம் உபதேசம் பெறும் பழக்கம் உடையவார்கள்.

15. இல்லறத்தில் இருந்த நிலையில் குருவாக இருந்து, பக்தர்களுக்கு சிவ, ஆகம உபதேசம் செய்து ஆன்மிக வழிகாட்டும் பழக்கம் உடையவர்கள்.

16. ஆதிசைவர்கள் தங்கள் குழந்தைகளுக்கு சிறுவயதிலேயே சிவபக்தியை, சிவவழிபாடுகளை அறிமுகம் செய்து சிவக்குழந்தைகளாக வளர்க்கும் வழக்கமுடையவர்கள்.

17. ஆதிசைவர்கள் ஆகமவிதிப்படி சிவதீக்ஷை பெற்றபின்பு சிவபெருமானின் ஐந்து திருமுகங்களின் பெயர்களில் ஒன்றையே தங்கள் பெயராகக் கொள்ளும் வழக்கம் உடையவர்கள்.

18. ஆதிசைவர்கள் எந்நிலையில் இருந்தாலும், எக்கோலம் கொண்டாலும் எந்தத் தேசத்தில் இருந்தாலும் தாங்கள் பூஜித்த சிவபெருமானை என்றும் மறவாதவர்கள்.

19. ஆதிசைவர்கள் தாங்கள் பூஜித்து வந்த கோயிலில் உள்ள சிவபெருமானை தங்கள் பரம்பரையில் ஒருவராக தங்களின் முன்னோர்களில் ஒருவராக பாவிக்கும் வழக்கமுடையவர்கள்.

20. ஆதிசைவர்கள் குடும்பத்துக் குழந்தைகள், தனது தந்தையார் பூஜித்து வரும் சிவபெருமானை நம்மசாமி என்றும், நம்ம சிவன் என்றும் உணர்வோடு கூறுபவர்களாக வளர்ந்துவரும் வழக்கமுடையவர்கள்.

21. ஆதிசைவர்கள் தாங்கள் பூஜித்து வரும் கோயிலில் உள்ள அம்பிகையை தங்களது தாயாக மகளாக பாவித்துப் பேசும் வழக்கமுடையவர்கள்.

22. ஆதிசைவர்கள் ஆகமங்களை பிரதானமாகக்கொண்டு ஆகம நூல்களில் கூறியுள்ளபடி தங்கள் இல்லத்தில் நடைபெறும் விசேஷங்களைச் செய்யும் பழக்கமுடையவர்கள்.

23. ஆதிசைவர்கள் சிவபெருமானைத் தவிர மற்ற எவருக்கும் விழுந்து நமஸ்கரிக்கும் வழக்கம் இல்லாதவர்கள். அதேபோல் மற்ற எவரிடமும் கைநீட்டி விபூதி வாங்கும் பழக்கமும் இல்லாதவர்கள்.

24. ஆதிசைவர்கள் தமிழ்மொழி, வடமொழி என்ற இரண்டு மொழிகளும் கற்கும் வழக்கமுடையவர்கள்.

25. ஆதிசைவர்கள் தாங்கள் செய்யும் ஆகம விதிப்படியான பூஜையில் தேவார திருமுறைகளை ஓதும் பழக்கம் உடையவர்கள்.

26. ஆதிசைவர்கள் தங்களால் உருவாக்கப்பட்ட கிரந்த மொழி அதாவது, கிரந்த தமிழில் தங்கள் ஆகமக் கல்வியைக் கற்கும் பழக்கம் உடையவர்கள்.

27. ஆதிசைவர்கள் காலம்தோறும் கிரந்த தமிழை வழிவழியாகப் பாதுகாத்து வரும் மரபுடையவர்கள்.

21. ஆதிசைவர்களின் கடமைகளும், பணிகளும்...

1. ஒவ்வொரு ஆதிசைவரும் தங்கள் மரபின் உண்மை வரலாற்றை அறிந்து உணர்ந்து கொள்ளவேண்டும்.

2. ஆகமங்களைப் பாதுகாப்பது ஆதிசைவர்களின் முக்கிய கடமை. ஏனெனில் ஆகமம் என்பது ஆதிசைவரின் அடிப்படை நூல். அந்த வகையில், ஒவ்வொரு ஆகமத்தின் மூல ஏடுகளையும், பத்ததி நூல்கள், வழி நூல்கள், சார்பு நூல்கள் என்று அனைத்து ஆகமங்களையும் தொகுத்து காலத்திற்கு ஏற்றவாறு பாதுகாக்க வேண்டிய பணிகளைச் செய்திட வேண்டும்.

3. ஒவ்வொரு ஆதிசைவரும் தங்கள் குடும்பத்தில் உள்ள குழந்தைகளுக்கும், பெண்களுக்கும் தங்கள் மரபின் வரலாறுகளை, பெருமைகளை எடுத்துக்கூறவேண்டும்.

4. ஆதிசைவர்கள் தாங்கள் கற்கும் ஆகம கல்விக்கு மத்திய, மாநில அரசுகளின் அங்கீகாரம் பெற அனைத்து முயற்சிகளும் செய்ய வேண்டும்.

5. ஆதிசைவர்கள் தங்கள் மரபு தொழிலாகிய சிவாலய பூஜையை செய்து வரவேண்டும். சூழ்நிலை காரணமாக வேறு பணிக்குச் சென்றாலும், தங்கள் மரபுக்கு பெருமை சேர்க்கும் வகையில்

உரிய காலத்தில் சிவதீக்ஷை பெற்று ஆத்மார்த்த சிவபூஜை கண்டிப்பாக செய்து வரவேண்டும்.

6. திருக்கோயிலில் பணிபுரியும் ஆதிசைவர்கள் தங்களை வரலாற்று ரீதியாக மேம்படுத்திக்கொள்ள வேண்டும். பக்தர்களிடம், இறைவனைப் பற்றி சாஸ்திர புராணரீதியாகக் கூறுவதோடு அல்லாமல் வரலாற்று ரீதியாக கூறும் தகுதியை வளர்த்துக் கொள்ளவேண்டும்.

7. தேவார திருமுறைகள், சைவசித்தாந்த தத்துவங்கள் ஆதிசைவர் களின் சொத்துகளாகும். சிவபெருமானும், சைவ சமயமும் ஆதிசைவர்களுக்கே முதல் உரிமையுடையது. எனவே கடந்த கால வரலாற்று உண்மையை உணர்ந்து, வைணவ ஆலயங்களில் பட்டாச்சாரியார்கள் வைணவ ஆகமவிதிப் பூஜை செய்வதோடு, எவ்வாறு ஆழ்வார்கள் அருளிய நாலாயிர திவ்யப் பிரபந்தத்தை பாராயணம் செய்கிறார்களோ அதுபோல் ஆதிசைவசிவாசாரி யார்களும் தேவார திருமுறைகளை ஈடுபாட்டோடு பாராயணம் செய்தல் வேண்டும்.

8. ஆதிசைவர்கள் தங்கள் மரபின் தனித்துவத்தை நிலைநாட்ட அனைத்து நடவடிக்கைகளும், முயற்சிகளும் மேற்கொள்ளுதல் வேண்டும்.

9. அரசு ஆவணங்களில் **'ஆதிசைவர்'** என்று குறிப்பிடும்படிச் செய்ய உரிய பணிகளை செய்யவேண்டும்.

10. ஆதிசைவர்கள் தம்மை மிகவும் பிற்படுத்தப்பட்டோர் பட்டியலில் சேர்க்க அரசுக்கு கோரிக்கை வைக்கவேண்டும்.

11. ஆதிசைவ, சிவாசாரியார்கள் மற்ற பிராமணர்களில் இருந்து வேறுபட்டவர்கள் என்பதாலும் ஊருக்கு ஒருவர், இருவர் என்று இன சிறுபான்மையினராக வாழ்ந்து வருவதாலும், கல்வி, பொருளாதாரம் ஆகியவற்றில் பின்தங்கிய நிலையில் இருப்பதாலும், ஜெயின் சமூகத்தவர், சீக்கிய சமூகத்தவர், சௌராஷ்டிரர் போன்று சிறுபான்மையினர் என்ற அந்தஸ்த்தை பெற உரிய சட்ட நடவடிக்கையை மேற்கொள்ளவேண்டும்.

12. ஆதிசைவ சிவாசாரியார்கள் தமிழர்கள், தமிழ் அந்தணர்கள் என்பதை எடுத்துக் கூறும்வகையில் உரிய விழிப்புணர்வு நடவடிக்கைகளை மேற்கொள்ள வேண்டும்.

13. சோழர்களுக்கே ராஜகுருவாக இருந்தவர்கள் ஆதிசைவர்கள். அந்த வகையில் அரசிலும், அரசியலிலும் ஆதிசைவர்கள் உரிய

பிரதிநிதித்துவத்தைப் பெறும் முயற்சிகளை மேற்கொள்ள வேண்டும்.

14. ஆதிசைவர்களாகிய நம் முன்னோர்கள் சைவ சமூகத்திற்கு குலகுருவாக இருந்து நல்வழி காட்டி அருளியவர்கள். அந்த வகையில் ஒவ்வொரு ஆதிசைவரும் சமூகத்திற்குரிய நல்வழி களை பக்தர்களிடம் கொண்டு சேர்க்கும் பெரும் பணியை நமதுகடமை என்ற உணர்வோடு செய்திட வேண்டும்.

15. ஆதிசைவர்கள் எந்த நிலையிலும் குருக்கள் என்ற பட்டத்திற் கேற்றவாறு சிவாசாரியார் என்ற தகுதிக்கேற்றவாறு தங்கள் பெருமையை, உரிமையை தகுதியை தாழ்ந்திடாதவாறு வாழ்ந்திடல் வேண்டும்.

திருச்சிற்றம்பலம்

ஆலயங்களில் ஆலய வழிபாட்டின் நோக்கம்

சர்வேஷாம் ரக்ஷணார்த்தாய
க்ராமாதிஷு விசேஷத:
ஸ்தாபிதம் விதிநா லிங்கம்
சுரைர்வா முநிபிர்நரை:
ஸ்வயமுத்பூத லிங்கஞ்ச
ப்ரதிமாஞ்சேஸ்வராத்மகம்
தத் பரார்த்தம் ஸ்மாக்யாதம்
ஸர்வேஷம் ஆத்மன: பலம்

- ஸ்ரீமத் பூர்வ காரணாகமம்

உலக நலன் பொருட்டும் மக்களின் நல் வாழ்விற்காகவும் செய்யப் படும் பூஜையே ஆலயங்களில் செய்யப்படும் ஆகம பூஜையாகும்.

கிராமங்களில், விசேஷ தலங்களில் தேவர்களால்,முனிவர்களால் பிரதிஷ்டை செய்யப்பட்ட, சுயம்புவாகத் தோன்றிய இறைவனை உலக நலன், மக்கள் நலன் வேண்டி பூஜை செய்து பிரார்த்திப்பதே ஆகமங்கள் கூறும் ஆலய வழிபாட்டின் மைய நோக்கமாகும்.

22. ஓர் வேண்டுகோள்!

தெய்வத் திருமேனிகளைத் தீண்டி அபிஷேகம், அலங்காரம் அர்ச்சனை செய்யும் உரிமையுடைய ஆதிசைவ சிவாசாரியார்கள் எந்த நிலையிலும் தாழ்ந்துவிடக் கூடாது. இன்றைக்கு உலகமே போற்றும் ஸ்ரீ ராமகிருஷ்ண பரமஹம்ஸர், அன்று ஒரு காளி கோயில் அர்ச்சகராகத்தான் தன் வாழ்க்கையை தொடங்கினார். அந்த அர்ச்சகரே விவேகானந்தர் என்ற ஒரு பெரும் ஆன்மிக சமூக ஞானியை இந்த உலகத்திற்கு அடையாளம் காட்டினார்.

ஆட்சி செய்து வாரிவழங்கும் அரசராக இருந்தாலும்கூட சிவபெருமான் சந்நிதியில் ஆதிசைவர் கைமேல் இருக்க தம் கை கீழ் இருக்க தாழ்ந்து திருநீறு பெறுவார் எனும்போது, ஆதிசைவர்களாகிய நம் பெருமை எந்தளவிற்கு அளவிடற்கரியது என்பதை உணர்ந்து செயல்பட வேண்டும்.

ஆதிசைவர்களாகிய நம்முடைய பெருமைமிகு வரலாற்றை இந்த சமூகம் அறிந்துகொள்ளும்வகையில் ஒவ்வொருவரும் முயற்சியெடுக்க வேண்டும். அதற்குத் தகுந்தவாறு சமூகத்தில் நடந்துகொள்ளவேண்டும். தங்கள் தனித்துவத்தை என்றும் எப்பொழுதும் பாதுகாத்திட வேண்டும்.

ஆதிசைவர்களாகிய நம்மைத் தோற்றுவித்த சிவபெருமானையும், நம்பொருட்டு அளித்த ஆகமங்களையும் போற்றியும் வழிபட்டும் வந்தோம் என்றால் நமக்கு என்றும் எப்பொழுதும் எவ்விதக் குறையும் ஏற்படாது.

ஆதிசைவர்களாகிய நம்முடைய முக்கிய கடமையும், பணியும் சிவபெருமானை காட்டுவதே ஆகும். கடந்த காலங்களில் நமது ஆதிசைவ முன்னோர்கள் பலரும் குருவாக இருந்து இந்த சமூகத்திற்கு நல்உபதேசம் செய்து வழிகாட்டியுள்ளார்கள் என்ற உண்மையை உணர்வை நாம் பெற்றிட வேண்டும்.

எடுத்துக்காட்டாக, கடந்த நூற்றாண்டுகளில் **பழனி ஈசான சிவாசாரியார்** குருவாக இருந்து, குகஸ்ரீ திருமுருக கிருபானந்த வாரியார், தமிழ்கடல் ராய. சொக்கலிங்கம் செட்டியார், செட்டிநாட்டு நகரத்தார்களால் குருவாக போற்றப்படும் பாலகவி இராமநாதன் செட்டியார் என்ற தத்புருஷ தேசிகர் போன்ற எண்ணற்ற பல சைவ அன்பர்களுக்கு சிவதீக்ஷை அளித்து நல்லருள் செய்து நல்வழி காட்டியுள்ளதை நாம் சிந்தித்துத் தெளிதல் வேண்டும்.

இந்நூற்றாண்டிலும் பல ஆதிசைவ சிவாசாரியார்கள் சிவபெருமானின் புகழையும், சைவ சமய சிறப்பையும் உபதேசித்து குருவாக, ஆச்சாரியராக இருந்து தன்னலம் பாராது ஆதிசைவ மரபிற்கே உரிய கடமையையும், தொண்டினையும் செய்து வருகிறார்கள்.

இவற்றையெல்லாம் உணர்ந்து வருங்கால ஆதிசைவ இளைஞர் சமுதாயம், குருவிற்கு உரிய தகுதியோடு சைவ சமய வளர்ச்சிக்கும், சிவபெருமானின் பெருமைகளை இவ்வுலகம் உணரும் வகையில் தங்கள் மரபிற்கேற்ப தொண்டாற்றிட வேண்டும்.

மாணிக்கவாசகர் திருவாசகத்தில் சிவபெருமானை,

> 'முன்னைப் பழம் பொருட்கும் முன்னைப் பழம்பொருளே
> பின்னைப் புதுமைக்கும் பேர்த்தும் அப் பெற்றியனே.'

என்று புகழ்ந்து பாடுவார். அதுபோல், ஆதிசைவர்கள் பழமைக்கு பழமையாகவும், காலமாற்றத்திற்கேற்றவாறு மரபுக்குட்பட்டு புதுமைக்குப் புதுமையாகவும் செயல்படும்வகையில் தங்களை உருவாக்கிக்கொள்ளவேண்டும். தங்கள் தகுதிகளை மேம்படுத்திக் கொள்ள வேண்டும்.

இன்றைய நிலையில், ஆதிசைவர்கள் மரபில் வந்த அனைவரும் சிவாலய பூஜை செய்ய வேண்டும் என்று வலியுறுத்த முடியாது. அதே சமயத்தில் சிவாலயத்தில் பூஜை செய்து வருபவர்கள் உரிய சிவதீக்ஷை பெற்று தகுதியோடு ஆகம தொண்டினை மேற்கொள்ள வேண்டும்.

மாற்று உத்தியோகம், மாற்றுத் தொழில் செய்யும் ஆதி சைவ மரபில் வந்தவர்கள் தங்கள் மரபிற்குப் பெருமை சேர்க்கும் விதமாக எந்நிலையில் நின்றாலும், எக்கோலம் கொண்டாலும், தாங்கள்

ஆதிசைவர்கள் விலக்கவேண்டிய (வர்ஜிக்க) ஐந்து செயல்கள்

'பிராயச்சித்தம் உபவாசம் சைவ
 தீர்த்த யாத்ரா யதிவந்தனம்
ஸந்யாசம் பஞ்சகர்மஞ்ச
 ஆதிசைவேண வர்ஜயேத்'

ஆதிசைவர்களுக்கு சிவக்கைங்கர்யமே பிரதானம் என்பதாலும், சிவபெருமானை மட்டுமே வணங்குபவர் என்பதாலும், சிவபூஜையால் அவர்கள் அனைத்துப் பலன்களையும் பெறுவதாலும், பிராயச்சித்தம், விரதம், தீர்த்தமாடல், சன்னியாசியை வணங்குதல், துறவறம் கொள்ளுதல் ஆகிய ஐந்து செயல்களை விலக்கவேண்டும்.

ஆதிசைவர்கள் என்ற எண்ணத்தோடு சிவபெருமானை மறவாதவர்களாக விளங்கிட வேண்டும்.

எல்லாவற்றிற்கும் மேலாக, திருவள்ளுவர்,

'மறப்பினும் ஒத்து கொளலாகும் பார்ப்பான்
பிறப்பொழுக்கங் குன்றக் கெடும்.'

என்கிறார். அதாவது, உயர்ந்த குலத்தில் பிறந்த பிராமணன் தமக்குரிய வேதத்தை ஓதுவதை மறந்துவிட்டாலும் குற்றமில்லை. ஆனால், பிராமணன் தன்னுடைய ஒழுக்கத்தில் குறைந்தால் அவன் உயர் குலத்தான் என்பது அழிந்து போகும் என்கிறார்.

அதுபோல் சிவபெருமானைத் தீண்டி பூஜித்து வழிபடும் ஆதிசைவர்களாகிய சிவாசாரியார்கள், மந்திர, தந்திர சாஸ்திர விஷயங்களில் குறையுடையவர்களாக விளங்கினாலும் பரவாயில்லை. ஆனால் தனிமனித ஒழுக்கத்தில் குறையில்லாதவராக, ஒழுக்கம் நிறைந்தவராக விளங்கினால் அந்த ஒழுக்க நிலையே, ஆதிசைவர்களுக்கு சமூகத்தில் பெருமையையும், புகழையும் தந்திடும் என்பதில் மாற்றுக் கருத்துக்கு இடமில்லை.

வருங்காலத்தில் ஆதிசைவ சமூகம் மேலும் மேலும் வளர்ச்சியுற்று தனித்துவத்தோடும், தனி அடையாளத்தோடும் பெரும் புகழ் பெறவேண்டும் என்று எல்லாம் வல்ல எம்பெருமானை வேண்டி, எந்நிலையிலும் மற்றவர்களுக்கு எடுத்துக்கூறும் தகுதி சிறிதும் இல்லாத அடியேனை ஆதிசைவ சமூகம் மன்னித்தும், அதே நேரத்தில் மேற்கண்ட கருத்துகளை ஆதிசைவ சமூகம் உள்வாங்கிக் கொண்டு செயல்படவேண்டுமாய் பணிவுடன் வேண்டுகிறோம்.

திருச்சிற்றம்பலம்

ஆகமங்களில் ஆலயம் ஆதிசைவர்

ஆகம விதிப்படி, பரார்த்த பூஜை என்று அழைக்கப்படும் திருக்கோயில்களில் செய்யப்படும் ஆகம பூஜைகள் நாட்டின் அரசனுக்கு ஆயுள், ஆரோக்கியம், நோயின்மை போன்ற நன்மைகள் (ஸம்பத்துக்கள்) ஏற்படுவதற்காகவும், பகைநாடுகளின் தொல்லைகளி லிருந்து மக்களை காப்பாற்றும் வலிமையை, வெற்றியை அரசனுக்குத் தந்தருள வேண்டும் என்ற வேண்டுதல் பொருட்டும் மற்றும் கிராமம், நகரம் ஆகிய இடங்களில் வசிக்கும் மக்களின் நன்மைக்காகவும், விருத்திக்காகவும் மக்களின் நலன் பொருட்டு செய்யப்படுவதாகும்.

இதனை ஆகமம்,

> ‘ந்ருபதே ஆயூர் ஆரோக்ய
> ஜயஸம்பத்வி வ்ருத்தயே
> க்ராமாதீநாம் வ்ருத்யர்தம்
> பரார்த்தே ஜ்யா ப்ரயுஜ்யதாம்.’

என்று கூறுகிறது.

மேலும், ஆலய (பரார்த்த) பூஜையை,

> ‘பரார்த்த யஜனம் கார்யம்
> சிவவிப்ரைஸ்து நித்யச;
> தார்மிக; குருதே நித்யம்
> ஆதிசைவோ த்விஜோத்தம’

பரார்த்த பூஜை எனப்படும் ஆகம விதிப்படி அமைந்த திருக்கோயில் களில் செய்யப்படும் பூஜைகளை சிவத்வஜர்களாகிய ஆதிசைவ சிவாசாரியார்களே செய்தல் வேண்டும் என்பதாகும்.

- ஸ்ரீமத் பூர்வ காமிகாமம்
அர்ச்சனா விதிபடலம்

www.ingramcontent.com/pod-product-compliance
Lightning Source LLC
LaVergne TN
LVHW100549051026
849519LV00003B/889